डॉ. सुरेशचंद्र नाडकर्णी

पृथ्वीवर माणूस उपराच!

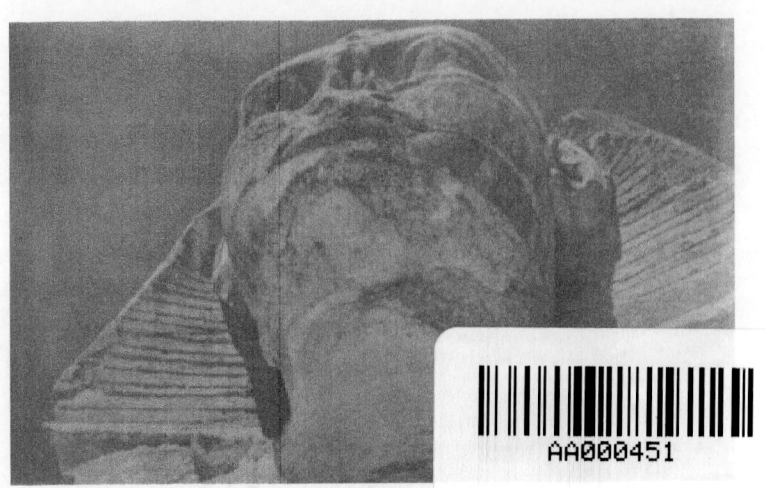

मेहता पब्लिशिंग हाऊस

Please contact us at **Mehta Publishing House,** Pune 411030.
Email : production@mehtapublishinghouse.com
Website : www.mehtapublishinghouse.com

PRITHVIVAR MANUS UPRACH! by
DR. SURESHCHANDRA NADKARNI

पृथ्वीवर माणूस उपराच! : डॉ. सुरेशचंद्र नाडकर्णी / विज्ञानविषयक

Email : author@mehtapublishinghouse.com

© शैला नाडकर्णी

प्रकाशक : सुनील अनिल मेहता, मेहता पब्लिशिंग हाऊस,
१९४१, सदाशिव पेठ, माडीवाले कॉलनी, पुणे - ४११०३०.

मुखपृष्ठ : बाबू उडुपी

प्रकाशनकाल : फेब्रुवारी, १९९३ / जानेवारी, १९९४ / जानेवारी, १९९६ / जानेवारी, १९९८ / जुलै, १९९९ / जानेवारी, २००१ / मार्च, २००२ / जानेवारी, २००४ / एप्रिल, २००५ / मे, २००६ / जून, २००७ / एप्रिल, २००८ / मार्च, २००९ जानेवारी, २०१० / जानेवारी, २०११ / नोव्हेंबर, २०११ / सप्टेंबर, २०१२ / सप्टेंबर, २०१३ / ऑक्टोबर, २०१४ / मार्च, २०१६ / ऑक्टोबर, २०१७ /
पुनर्मुद्रण : ऑक्टोबर, २०१९

P Book ISBN 9788177662818
E Book ISBN 9788184989748
E Books available on : play.google.com/store/books
www.amazon.in

तुम्हारी यादके जब जख्म भरने लगते है।
किसी बहाने तुम्हें याद करने लगते है।

"....तुझ्या आठवणीने मनाला झालेल्या जखमा जसजशा भरून येऊ
लागतात, तेव्हा काही तरी निमित्त काढून तुझी परत आठवण काढतो...
(म्हणजे परत त्या सुखद दुःखाची अनुभूती मिळते.)...."

अकाली हे जग सोडून गेलेला माझा फटकळ, परंतु अतिशय दिलदार
आणि प्रेमळ मित्र, दूरदर्शनवरील 'छायागीत' कार्यक्रमाचा प्रवर्तक, मुंबई दूरदर्शन
केन्द्राचा उपनिर्देशक आणि नंतर पुणे आकाशवाणी केन्द्राचा निर्देशक कै.
वासुदेवराव तथा

वा.रा. सराफ

आणि माझा तरुण, कर्तबगार मित्र

विजय कुवळेकर

ज्याने माझे लिखाण वाचून नेहमीच निरपेक्ष वृत्तीने, परंतु मौलिक सूचना
केल्या आणि सांगितलं –

खुदीको कर बुलन्द इतना कि हर तहरीरसे पहले;
खुदा खुद बन्देसे पूछे, बता तेरी रजा क्या है।

"....स्वतःची अस्मिता इतक्या उच्चतम पातळीला नेऊन ठेव (इतकं उत्तम
काम कर), की तुझा ललाटलेख लिहिताना खुद्द परमेश्वरच तुला विचारील, की
प्रिय भक्ता, बोल, काय इच्छा आहे तुझी?"

माझ्या या दोन सुहृद प्रिय मित्रांना

– डॉ. *सुरेशचंद्र नाडकर्णी*

अन् असे घडत गेले....

विसाव्या शतकाचा उत्तरार्ध सुरू होत असतानाच सोव्हिएत युनियनने 'स्पुटनिक -१' नावाचा उपग्रह अवकाशात सोडून अंतराळ युगाची-नांदी केली. अमेरिकेने लागलीच आपले अंतराळ-यान चंद्रावर उतरविले. मानवाचे चंद्रावर पदार्पण हा अंतराळ-विज्ञानाचा फार मोठा टप्पा मानता येईल. त्यानंतर वेगवेगळ्या ग्रहांवर अंतराळ-याने पाठविण्याचे युगच सुरू झाले. याच सुमारास जगातील वेगवेगळ्या भागांतून उडत्या तबकड्या दिसल्याचे वृत्त वारंवार येऊ लागले. या उडत्या तबकड्यांचे अस्तित्व आजवर कुणालाच सिद्ध करता आले नाही. परंतु जगातील बहुतेक विचारवंत अवकाशातील प्रवास आणि इतर वैश्विक कल्पनांनी भारून गेले.

याच सुमारे पंचवीस-तीस वर्षांपूर्वीच्या काळात एरिक व्हॉन डॅनिकेन (Erich Von Daniken) या स्विस संशोधकाने आगळ्या-वेगळ्या कल्पना मांडणारे आपले ग्रंथ प्रसिद्ध करण्याचा सपाटा लावला.

"...माझे निष्कर्ष पुरातत्त्व-शास्त्राच्या रूढ चौकटीत बसणारे नाहीत, याची मला पूर्ण जाणीव आहे... परंतु आपल्या भूतकाळाचा शोध घेणे कदाचित भविष्य जाणून घेण्यापेक्षाही अधिक थरारक असू शकेल..." एरिक व्हॉन डॅनिकेन यांच्या या प्रस्तावनेने अनेकांना विचार करावयाला लावला असेल. मीदेखील त्याला अपवाद नव्हतो.

एरिक व्हॉन डॅनिकेननंतर अनेक लेखकांनी जवळपास याच कल्पनांचा पुरस्कार करणारे ग्रंथ प्रकाशित केले, आणि त्यामुळे एक वेगळाच विचारप्रवाह सुरू झाला.

महाविद्यालयात आणि विद्यापीठात प्राणिशास्त्राचे अध्यापन करताना 'विकास सिद्धान्त' किंवा 'उत्क्रांतिवाद' (Organic Evolution) हा विषय नेहमीच माझे मन वेधून घेत असे; अन् त्यांवर विचार करताना, 'खरंच असं घडलं असेल का?' असा प्रश्न असंख्य वेळा माझ्या मनात उभा राहिला होता.

विकास सिद्धान्ताप्रमाणे सुमारे दोन अब्ज वर्षांपूर्वी अत्यंत प्राथमिक अवस्थेतले

जीव भूतलावर निर्माण झाले आणि कालांतराने आजूबाजूचे वातावरण, जमीन, पाणी, तापमान, अन्न, इत्यादी घटकांशी जमवून घेताना (adaptation) हे जीव विकास पावत गेले. ही प्रगती होत असताना अनेक शारीरिक बदल घडत गेले आणि वेगवेगळ्या जातींचे प्राणी निर्माण झाले. हे सर्व घडताना अन्न, निवारा वगैरे प्राथमिक गरजांसाठी आजूबाजूच्या जीवसृष्टीतील प्राणिमात्रांशी संघर्ष घडून येणे अपरिहार्यच होते. परंतु त्यामुळे अधिकच प्रगती साधत गेली. अर्थात घडून येणारे शारीरिक बदल अत्यंत सूक्ष्म स्वरूपाचे असतात आणि ते अत्यंत सावकाश घडून येतात, असे हा सिद्धान्त गृहीत धरतो.

उत्तरोत्तर निर्माण होणारे प्राणी अधिकाधिक विकास पावत गेले. सरतेशेवटी म्हणजे सुमारे दहा लक्ष वर्षांपूर्वी अत्यधिक प्रगल्भ आणि अतिबुद्धिमान असा मानव प्राणी निर्माण झाला, असे हा सिद्धान्त सांगतो आणि या दहा लक्ष वर्षांच्या कालावधीत मानवाने आजच्या विज्ञान युगापर्यंत मजल गाठली.

म्हणजेच, मानवाचा भूतकाळ जर दहा लक्ष वर्षांचा मानला, तर त्यांपैकी जेमतेम सात हजार वर्षांचा इतिहास अन् तो देखील अत्यंत विस्कळीत स्वरूपात उपलब्ध आहे. नव्व्याणव टक्क्यांपेक्षा अधिक असा लक्षावधी वर्षांचा कालावधी संपूर्णपणे अज्ञात आहे. इतिहास त्याबद्दल काहीच सांगू शकत नाही. राहता राहिल्या पौराणिक कथा; परंतु पौराणिक वाङ्मय विश्वसनीय मानले जात नाही. कारण त्यातल्या घटना पुराव्यानिशी सिद्ध करता येत नाहीत.

स्वर्गलोकीच्या देवदेवता आपल्या दिव्य विमानात बसून पृथ्वीतलावर अवतीर्ण होत असत आणि काही काल पृथ्वीवर वास्तव्य करून परत निघून जात असत, अशी वर्णने आढळतात. या देवदेवतांकडे आश्चर्याने थक्क करणारी तांत्रिक ज्ञानाची भांडारे होती आणि भयानक शक्तिमान संहारक अस्त्रे होती. त्यांपैकी काही अंशात्मक भाग आम्ही शोधून काढू शकलो आहोत. या भयानक संहारक शक्ती किंवा अस्त्रे आमच्या काही पूर्वजांनीदेखील आत्मसात केल्याचे वर्णन आढळते. कोण होत्या या देवदेवता? अन् त्यांच्याकडून हे ज्ञान आत्मसात करणारे आमचे पूर्वज तरी कोण होते? – आणि त्यांनी आत्मसात केलेले ज्ञान एकाएकी नष्ट कसे झाले?

या देवदेवता आश्वासन देऊनही पुन्हा कधीच पृथ्वीवर आल्या नाहीत. त्यांचे पुनरागमन झाले नसले, तरी त्यांनी आपल्या पृथ्वीवरील वास्तव्याच्या अनेक खाणाखुणा आणि पुरावे मागे ठेवले आहेत. आजच्या अत्याधुनिक उपकरणांद्वारे त्या पुराव्यांची छाननी करून, त्यांचे पृथक्करण – संशोधन करावयास नको काय?

एरिक व्हॉन डॅनिकेन आणि इतर ग्रंथलेखकांच्या मते या देवदेवता म्हणजे विश्वातील दुसऱ्या कोणत्यातरी ग्रहावरील अत्यंत प्रगत झालेले जीव – अतिमानव

– (*Extra-terrestrials*) आणि त्यांची दिव्य विमाने म्हणजे अंतराळ-याने असावीत. हे प्रतिपादन सुयोग्य तर्कावर आधारलेले आणि निश्चितच विचारार्ह आहे. परंतु आजचे बहुतेक संशोधक वा विचारवंत चाकोरी सोडून वेगळ्या मार्गाने विचार करावयास तयार होत नाहीत, ही वस्तुस्थिती आहे.

'पृथ्वीवर माणूस उपराच' ही कल्पना मांडताना अशीच काहीशी परिस्थिती आहे. विकास सिद्धान्ताप्रमाणे ड्रायोपिथेकस (*Dryopithecus*) या सस्तन प्राण्याच्या तीन उपजाती (*Species*) निर्माण झाल्या. त्यांत ड्रायोपिथेकस पंजाबाय (*D. punjabi*) पासून गोरिला, ड्रायोपिथेकस जर्मनाय (*D. germani*) पासून चिंपांझी आणि ड्रायोपिथेकस डार्विनाय (*D. drawini*) पासून मानव निर्माण झाला.

आता प्रश्न असा, की या दोन-अडीच फुटी ड्रायोपिथेकस पासून साडेपाच-सहा फुटी मानव एकदम कसा निर्माण झाला? चतुष्पाद अवस्थेपासून एकदम द्विपाद अवस्थेपर्यंत स्थित्यंतर कसे घडले? आणि का? ड्रायोपिथेकसच्या जेमतेम दीड-दोनशे घनसेंटिमीटर आकाराच्या लहानशा मेंदूपासून सुमारे दोन हजार घनसेंटिमीटर आकाराचा प्रचंड मानवी मेंदू एकदम निर्माण होतो, हा काय चमत्कार घडला म्हणावयाचा? आणि याच प्रचंड मेंदू धारण करणाऱ्या मानवाचे चुलत बंधू गोरिला-चिंपांझी यांचे मेंदू मात्र पाच-सहाशे घनसेंटिमीटर आकाराच्या पुढे मजल मारू शकत नाहीत, हा काय प्रकार आहे?

या नाट्यपूर्ण स्थित्यंतराबाबत सर्वच शास्त्रज्ञ मौन बाळगतात. आता विकास सिद्धान्ताप्रमाणे घडत जाणारे बदल अत्यंत सूक्ष्म स्वरूपाचे असतात आणि ते अत्यंत हळूहळू घडून येतात. यांपैकी मानवाच्या बाबतीत काहीच लागू पडत नाही, हे कसे? दीड-दोन फुटी देहाचा आकार सहा फुटी होणे, चतुष्पादाचा द्विपाद होणे आणि मेंदूची दहा-पंधरा पटीत होणारी वाढ हे बदल सूक्ष्म तर मुळीच नाहीत, आणि एकाएकीच घडून आले असणार. कारण मध्यंतरीच्या बदलत्या स्थित्यंतर-अवस्था जगात कुठेही चुकूनसुद्धा आढळत नाहीत.

जगात कोट्यवधी वर्षांपूर्वी स्थित्यंतरित होत गेलेल्या बहुतेक प्राण्यांचे बदलत्या अवस्थेतील काही ना काही अवशेष सापडतात आणि त्यामानाने अगदी अर्वाचीन कालातील म्हणजे केवळ पाच-दहा लाख वर्षांपूर्वी निर्माण झालेल्या मानवाच्या स्थित्यंतराचा एकही अवशेष चुकूनसुद्धा सापडू नये, हे महदाश्चर्य नव्हे काय? विकास सिद्धान्तामुळे कीर्तिशिखरावर आरूढ झालेले सर चार्ल्स डार्विन यांनी आदिमानवाच्या स्थित्यंतरे दाखविणाऱ्या अवस्था सापडत नाहीत (*Missing links*) म्हणून खेद व्यक्त केला आणि त्याबद्दल बोलणे बंद केले, पण त्यामुळे वस्तुस्थिती थोडीच बदलते?

त्यासाठी अधिक संशोधनाची आवश्यकता आहे आणि जसजसे पुरावे मिळत जातील, त्यांप्रमाणे निष्कर्ष बदलत जातील. त्याबद्दल आजच काही बोलता येणार नाही, परंतु 'बाबा वाक्यम् प्रमाणम्' म्हणून डार्विनने सांगितलेला अत्यंत संशयास्पद असा मानव जातीचा उगम मान्य करण्यापेक्षा उपलब्ध असलेल्या सर्व पुराव्यांची पुन्हा योग्य निकषांवर छाननी करून, मत बनविणे योग्य नव्हे काय?

विकास सिद्धान्ताच्या निकषांप्रमाणे पडताळून पाहिले, तरी मानवाची उत्पत्ती समजू शकत नाही. कितीतरी बाबींचे स्पष्टीकरण देता येत नाही. उदाहरणार्थ, खाली दिलेल्या काही ढोबळ मुद्यांचाच विचार करून पाहा :

१. विशिष्ट परिस्थितीत, विशिष्ट वातावरणात काही ठरावीक जमवून घेत (adaptations) असलेले अनेक प्राणी निर्माण होतात. एक किंवा दोन नव्हे. उदाहरणार्थ, मांसाहारी प्राणी निर्माण होताना मांजर, रानमांजर, वाघ, बिबळ्या, सिंह असे एकमेकां सदृश अनेक प्राणी निर्माण झाले. तसेच तृणाहारी निर्माण होताना घोडा, गाढव, झेब्रा असे एकमेकांसारखे प्राणी निर्माण झाले परंतु मानव निर्माण होताना मानवाला समांतर असा कोणताच प्राणी निर्माण झाल्याचे आढळत नाही. असे का?

२. आसमंताशी जमवणूक करून निर्माण होताना प्राणी उष्ण किंवा शीत हवामान, पाणथळ, गवताळ अथवा रेताड जमीन, झाडी अथवा झाडावर राहण्यासाठी काही वैशिष्ट्ये घेऊनच निर्माण होतात. परंतु मानवाला यांतले कोणतेच वैशिष्ट्य नाही.

३. जगातले सर्व प्राणी दिनचर अथवा निशाचर असे वैशिष्ट्य घेऊन जन्मतात. मानवाला तेही नाही.

४. आहाराच्या बाबतीत प्राणी मांसाहारी, शाकाहारी, तृणाहारी, फलाहारी, कीटकाहारी, मत्स्याहारी असे काहीतरी वैशिष्ट्य घेऊन येतो. मानवाला यांतले काहीच लागू नाही.

५. संरक्षणासाठी प्रत्येक प्राण्याला शिंगे, दात, नखे किंवा तत्सम काहीतरी आयुधे निसर्गत:च लाभलेली असतात. मानव मात्र पूर्णपणे नि:शस्त्र आहे. फार काय, त्याचे अंगात भरपूर ताकददेखील नाही. मग मानव हे काय निसर्गाचे 'सावत्र अपत्य' मानावयाचे की काय?

६. कोणत्याही प्राण्याचे नवजात अपत्य अल्पकाळातच स्वतंत्रपणे जगू लागते; परंतु मानवाचे अपत्य मात्र वर्षांनुवर्ष आईबापांवरच अवलंबून पराधीन जिणे जगत असते. असे का?

७. सर्व प्राण्यांची प्रसूती अत्यंत सुलभ होते आणि मादीला त्यापासून धोका

संभवत नाही, परंतु माणसाच्या प्रजोत्पादनात मात्र स्त्रीला अपरंपार कष्ट होतात आणि अनेकदा जिवावरदेखील बेतते. कारण नवजात अर्भकाचे अमर्याद वाढलेले डोके. हा काय प्रकार असावा?

– आणि इतर सर्व प्राणी फक्त वर्तमानकाळातच जगत असताना मानव हा एकच प्राणी असा आहे, की जो कोणतीही शारीरिक कुवत नसताना भूत-भविष्यकाळाचा विचार करीत सर्व जगावर स्वामित्व मिळविण्याचा सतत प्रयत्न करीत असतो. असा विलक्षण प्राणी निर्माण तरी कसा झाला असावा?

सर्व बाबींचा विचार करीत असताना साहजिकच पुन्हा एरिक व्हॉन डॅनिकेन यांचा सिद्धान्त आठवतो अन् मग सहजच असा विचार मनात डोकावतो, की मानव हा नैसर्गिकरीत्या निर्माण झालेलाच नसावा. अवकाशातून पृथ्वीवर येणाऱ्या अतिमानवांनी काहीतरी विलक्षण संकर घडवून सुमार बुद्धिमत्तेच्या चतुष्पाद प्राण्यांपासून हा द्विपाद अन् अतिबुद्धिमान प्राणी निर्माण तर केला नसेल? की बाहेरच्या कोणत्यातरी ग्रहावरून त्याला येथे आणल्यामुळे त्याचे पूर्वीचे अवशेष सापडतच नसावेत? आणि त्यामुळेच कदाचित मानवात जमवून घेण्याचे (adaptation) कोणतेही वैशिष्ट्य आढळत नसावे?

असे वेगवेगळे नियंत्रित संकर घडवून; आता मानवदेखील इच्छित संतती निर्माण करण्याचे तंत्र (Genetic Engineering) हाताळू लागला आहे. तेव्हा त्या प्रगल्भ आदिमानवाने ते केव्हाच साध्य केले असेल, आणि अशा कृत्रिम निर्मितीपासून मानवाचा जन्म झाला असेल, तर त्याच्या पूर्वापर स्थित्यंतरे होत असलेल्या अवस्था सापडण्याचा प्रश्नच उद्‌भवत नाही. असो!

मानव हा पृथ्वीवरचाच आहे आणि पूर्वीपासून येथेच होता, असे म्हणण्यास तसा सबळ पुरावा नको काय? दोन-चार मोडक्या दातांखेरीज मानवाच्या पूर्वावस्थांचा कोणताही पुरावा आढळत नाही. हातापायांची हाडे, बरगड्या, कवटी यांतले एकही हाड सापडू नये, म्हणजे काय? आणि मग अशा परिस्थितीत, कोणताही पुरावा उपलब्ध नसताना 'अहो, मानव इथलाच आहे, आम्ही सांगतो ना, तो इथलाच आहे म्हणून... त्याला पुरावा कशाला हवाय?' या असल्या हट्टाग्रहाला काय म्हणावयाचे?

सुमारे तीन दशके हे विचार आणि वेळोवेळी केलेली टिपणे तशीच पडून होती. ती लेखमालेच्या स्वरूपात आणि आता पुस्तकाच्या रूपाने रसिक वाचकांसमोर येण्याचे एकमेव कारण म्हणजे पुण्याच्या 'सकाळ'चे संपादक विजय कुवळेकर आणि त्यांची इतरांकडून काम करवून घेण्याची हातोटी. जगभर प्रवास करून, अनेक गोष्टींचे बारकाईने निरीक्षण करून, त्याची मनात कुठेतरी नोंद करून ठेवणारे विजयराव हे एक आगळेच व्यक्तिमत्त्व आहे. मोजकेच परंतु अत्यंत

विचारपूर्वक बोलणे, स्वत: उत्तम लेखक आणि आयुष्यातील सर्व चांगल्या गोष्टींविषयी आस्था बाळगणारे. सांस्कृतिक मूल्यांविषयी उत्कट प्रेम बाळगणारे आणि सतत उदारमतवादी दृष्टिकोन बाळगणाऱ्या विजयरावांनीच, खरे म्हटले, तर ही लेखमाला लिहवून घेतली.

सुरुवातीला मी परग्रहांवरून येणाऱ्या अतिमानवांचा देवदेवता म्हणून उल्लेख केला. पहिल्या लेखांकाचे शीर्षक 'देव येऊन गेले... खुणा मागे राहिल्या...' असेच काहीतरी होते. त्याची जाहिरात वर्तमानपत्रात झळकली, तेव्हा अनेक ज्येष्ठ वाचकांनी लेखमाला प्रसिद्ध होण्यापूर्वीच 'असले भावनांना धक्का देणारे संशोधन कुणालाही नको आहे, तेव्हा लेखमाला प्रसिद्ध करू नका,' अशा आशयाची अनेक पत्रे पाठविली. अनेकांनी दूरध्वनीवरून तसा 'उपदेश'ही केला.

नाही म्हटले, तरी जरा बिचकलोच होतो. कुणाच्या धार्मिक भावना दुखविण्याचा वा श्रद्धास्थानांविषयी अनुचित असे काही लिहिण्याचा माझा कधीच प्रयत्न नव्हता. पुन्हा दुसऱ्या बाजूला अंधश्रद्धा वगैरे बाबी 'आ' वासून उभ्या होत्या. पुन्हा विजयरावांशी विचारविनिमय करून, काही अनुचित लिहिले जात नाही, याची खात्री करून घेतली. विजयरावांनी इतर कामे बाजूला ठेवून, वेळ काढून सर्व हस्तलिखितावरून नजर फिरवून खात्री करून घेतली.

दोन-तीन लेखांक प्रसिद्ध झाल्यानंतर यांत धर्मभावना दुखावतील किंवा श्रद्धास्थानांबाबत काही अनुचित विधाने नाहीत, यांबद्दल ज्येष्ठ वाचकांची खातरजमा झाली. त्यांतील विज्ञानावर आधारलेला दृष्टिकोन वाचकांना मान्य झाला आणि मग 'लेखमाला प्रसिद्ध करू नका' म्हणून आग्रह धरणारे वाचकदेखील 'जरा बघू या तरी, काय लिहिलंय ते' म्हणून लेखमालेत रस घेऊ लागले.

अंधश्रद्धा निर्मूलन कार्यकर्त्यांना वास्तववादी दृष्टिकोन पहिल्यापासून मान्य होता. त्यांनी वेळोवेळी संपर्क साधून लेखमालेबद्दलची पसंती कळविली; परंतु अधिक शास्त्रीय जाणकारी असणाऱ्या वाचकांना मात्र या पृथ्वीवर माणूस 'उपरा' कसा, याचे कुतूहल होते. ते वारंवार पृच्छा करीत असत आणि ज्येष्ठ वाचक मंडळी नवीन लेखांक वाचून झाल्यानंतर 'अहो, काही झालं तरी माणूस इथलाच आहे... उगाच 'उपरा' म्हणून सनसनाटी निर्माण करण्यात काही अर्थ नाहीय...' वगैरे बोलून सोडून देत.

अर्थात हे ज्येष्ठ वयोवृद्ध वाचक प्रथम-प्रथम वादंग घालण्यासाठी येत असत, तो पवित्रा बंद झाला अन् वादंग थांबले. आणि 'तशी लेखमाला वाचायला बरी आहे... अहो, तितकीच करमणूक...' असे उद्‌गार ऐकू येऊ लागले. 'अहो, जगात अशी कितीतरी आश्चर्ये भरून राहिलीयत... पण वाचायला मात्र बरं वाटतंय...' येथपर्यंत बदल झाले.

शास्त्रीय आणि वास्तववादी दृष्टिकोन असणाऱ्या युवापिढीने मात्र प्रथमपासूनच खुल्या दिलाने या लेखमालेचे स्वागत केले. त्यांची सतत येणारी असंख्य पत्रे मला नेहमीच उत्साहित करीत असत.

लेखमालेचा उत्तरार्ध सुरू असताना जागतिक कीर्तीचे भारतीय खगोलशास्त्रज्ञ डॉ. जयंत नारळीकर यांनी आपल्या एका भाषणात या लेखमालेची दखल घेऊन एकप्रकारे माझा सन्मानच केला, असे मी समजतो.

त्यानंतर माझ्या दृष्टीने अत्यंत महत्त्वाची आणि अनमोल अशी घटना घडली. आंतरराष्ट्रीय कीर्तीचे थोर मुत्सद्दी आणि पंडित जवाहरलाल नेहरूंच्या प्रभावळीतील भारताचे भूतपूर्व राजदूत बॅरिस्टर आप्पासाहेब पंत यांनी खास पत्र लिहून लेखमालेचा परामर्श घेतला आणि मन:पूर्वक अभिनंदन केले. इतकेच नव्हे, तर आपले कनिष्ठ बंधू श्री. माधवराव पंत यांना माझ्याकडे पाठवून प्रत्यक्ष भेटीचे आमंत्रण दिले.

स्वत: आप्पासाहेबांनी तिबेट, सिक्कीम, भूतानपासून आफ्रिकेतील इजिप्त, इथिओपिया, मध्यपूर्वेत येमेन, लेबॅनॉन, पश्चिमेतील इंग्लंड, इटली, कॅनडा, अमेरिका आणि पूर्वेकडे इंडोनेशिया वगैरे देशांत राहून प्राचीन स्थळे, अवशेष आणि गूढविद्यांचा डोळसपणे अभ्यास केला. अनेक परामानसशास्त्रज्ञ आणि संशोधक यांच्यासमवेत विचारविनिमय, चर्चा वगैरे करून अनेक ग्रंथ लिहिले आहेत.

प्रकृती अस्वस्थ होऊन ढासळत असताना थरथरत्या हातांनी स्वत:च्या हस्ताक्षरात पत्र लिहून कळविलेली शाबासकी आणि प्रत्यक्ष भेटीचे दिलेले आमंत्रण हा माझ्या आयुष्यातील अत्यंत भाग्याचा क्षण होता. त्यांचे पत्र मी जपून ठेवले आहे. या पुस्तकाचे प्रकाशन पाहण्यास आप्पासाहेब असावयास पाहिजे होते, असे राहून-राहून वाटते. अत्यंत अल्पकाळ का होईना, पण त्यांचा लाभलेला सहवास आणि अखंड ज्ञानोपासना करणाऱ्या त्या विचारवंताचा आशीर्वाद या माझ्या आयुष्यातील संस्मरणीय घटना आहेत.

'लेखमाला लिहू नका, कुणालाही तुमचे शास्त्रीय विवेचन नको आहे', येथपासून 'वाचायला तरी निदान बरी वाटतेय', नंतर 'खूपच छान वाटतेय वाचायला... लिहीत राहा. आम्हांला आवडते' असे टप्पे पार करीत शेवटी ऋषितुल्य ज्ञानतपस्वी बॅरिस्टर आप्पासाहेबांच्या आशीर्वादापर्यंत मजल गाठणारी आणि 'रविवार सकाळ' मध्ये क्रमश: प्रकाशित झालेली 'पृथ्वीवर माणूस उपराच' ही लेखमाला आता पुस्तक रूपाने रसिक वाचकांसमोर येत आहे.

लेखमाला लिहिताना मुंबईचे डॉ. प्रशांत प्रधान यांनी आपल्या वैयक्तिक संग्रहातून काही दुर्मीळ पुस्तके वाचण्यासाठी दिली होती. त्यांचे ऋण मी या

ठिकाणी आवर्जून नमूद करतो. मेहता पब्लिशिंग हाऊसचे श्री. सुनील मेहता यांनी अतिशय मेहनत घेऊन अल्पकाळातच हे पुस्तक रसिक वाचकांसमोर ठेवले. श्री. मोहन वेल्हाळ व श्री. बाबू उडूपी यांच्या परिश्रमांमुळेच हे पुस्तक आकार घेऊ शकले. त्यांचे आणि अनेक सुहृदांनी वेळोवेळी केलेल्या बहुमोल सूचना आणि मदत या सर्वांचे ऋण मी मान्य करतो. त्यामुळेच केवळ हे पुस्तक प्रकाशित होऊ शकले.

रसिक वाचकांनी हे चाकोरीबाहेर असलेल्या लिखाणाचे स्वागत करावे, एवढीच इच्छा.

— डॉ. सुरेशचंद्र नाडकर्णी

ॲडमिरल पिरी रीस आणि इन्का संस्कृती

'....माझे हे लिखाण वाचताना तुम्हांला खूपच धाडस अंगी बाणवावे लागेल. लेखणी कागदावर टेकविताना मलादेखील पुन्हा-पुन्हा विचार करावा लागला; अन् असेल नसेल ते सर्व धैर्य एकवटून प्रयत्न करावा लागला.... कारण मी काढलेले निष्कर्ष आणि त्यांसाठी दिलेले पुरावे हे रूढ पुरातत्त्वशास्त्राच्या (Archeology) चौकटीत बसणारे नाहीत. कदाचित पुरातत्त्ववेत्ते 'हे सर्व बकवास आहे' असे देखील म्हणतील, याची मला कल्पना आहे... परंतु आपल्या भूतकाळाचा शोध घेणे कदाचित भविष्य जाणून घेण्यापेक्षाही थरारक ठरावे....'

सुमारे पंचवीस वर्षांपूर्वी आपल्या आगळ्या-वेगळ्या संशोधनावर आधारित पहिला-वहिला ग्रंथ प्रकाशित करताना स्विस संशोधक एरिक व्हॉन डॅनिकेन (Erich Von Daniken) यांनी प्रस्तावना म्हणून वरील विचार मांडले होते. त्यांनी माझे लक्ष वेधून घेतले होते. महापंडित संस्कृत कवी भवभूतीने देखील, 'जानन्ति ते किमपि तान्प्रति नैष यत्न:' असे म्हटले होते, त्याची आठवण झाल्यावाचून राहत नाही.

जगाच्या पाठीवर एक लाख मैलांपेक्षाही अधिक प्रवास एरिक व्हॉन डॅनिकेन यांनी केला. त्यातला बराच प्रवास ओसाड माळरानांतून वा रानांत काटेकुटे तुडवीत वा उन्हातान्हात रखरखीत वाळवंटातून पायपीट करीत, तिथे मानवाच्या इतिहासाचा स्वतंत्र प्रज्ञेने मागोवा घेण्याचा प्रयत्न केला. गेल्या चाळीस वर्षांत त्यांनी आपल्या संशोधनाद्वारे अनेक धक्कादायक गोष्टी उजेडात आणल्या आहेत; परंतु चाकोरीबाहेर जाऊन विचार करण्यास नाखूश असलेले पुरातत्त्ववेत्ते मात्र त्या सहजासहजी मानायला तयार होत नाहीत.

गेल्या पन्नास वर्षांत विज्ञानाने अकल्पित प्रगती केली. सूर्यमालेतील ग्रहांविषयीच्या आमच्या कल्पना खूपच बदलल्या आणि आजही त्या बदलत आहेत. आज हजारो मैलांवर घडणाऱ्या घटना आम्ही घरबसल्या रंगीत दूरदर्शन संचाद्वारे त्याच क्षणाला सहज पाहू शकतो. अतिउष्ण किंवा अतिशीत तापमानात सहज टिकून राहणारा अंतराळ-पोशाख (Space Suit) आम्ही बनवू शकतो. महिनोन्महिने अवकाशात संचार करू शकतो. कोणत्याही ग्रहावर मानवरहित स्वयंचलित अंतराळयान उतरवून तेथील छायाचित्रे, माती, दगड वगैरे, गोळा करून पृथ्वीवर आणू शकतो; त्यावर संशोधन करू शकतो. परंतु या प्रगत ज्ञानाच्या कसोटीवर पूर्वी

रेखाटलेले मानवाच्या इतिहासाचे चित्र मात्र अधिकच घोटाळ्याचे बनत जाते.

सुमारे दहा लाख वर्षांपूर्वी मानव निर्माण झाला, असे आजचे विज्ञान सांगते; परंतु आम्हांला ज्ञात असलेला इतिहास मात्र सात हजार वर्षांपलीकडे जाऊ शकत नाही. आणि तरीदेखील या एक टक्क्यापेक्षा कमी असलेल्या कालावधीचे चित्र इतके तुटक-तुटक, तुरळक पुराव्याच्या आधाराने आणि बरेचसे तर्कशास्त्राच्या आधाराने असे रेखाटले गेले आहे. ऐतिहासिक कागदपत्रे, उत्खनन, गुहांमधून आढळणारी भित्तिचित्रे, शिलालेख आणि दंतकथा हे सगळेच आधारभूत पुरावे म्हणून उपयोगात आणले जातात... अनेक ठिगळे लावलेले; परंतु ठिगळांच्या मध्ये खूपच अंतर सुटलेले असे काहीसे अस्पष्ट, धूसर चित्र दृग्गोचर होते... मग खरे कसे असेल हे भूतकाळाचे चित्र?

बहुतेक धर्मांतील पुराणांमधून स्वर्गलोकीच्या देवता त्यांच्या दिव्य विमानात बसून पृथ्वीतलावर अवतीर्ण होत असत, अशी वर्णने आढळतात. या देवतांकडे तांत्रिक ज्ञानाची अफाट भांडारे होती आणि त्याचबरोबर भयानक संहारक शक्ती असलेली शस्त्रास्त्रे होती, असे तपशीलवार वर्णन आढळते.

विसाव्या शतकाच्या मध्यावधीपर्यंत अवकाशयान आणि अंतराळ-प्रवास ही 'पुराणातील वांगी' म्हणून त्यांची हेटाळणी करण्यात येत असे. दुसऱ्या महायुद्धापर्यंत 'अणू' हा मूलद्रव्याचा सर्वांत सूक्ष्म घटक मानला जात असे आणि अणूमध्ये भयानक संहारक शक्ती आहे, असे प्रतिपादन करणाऱ्या पुराणांतील भाकडकथांची टिंगल-टवाळी होत असे. या दोन्ही गोष्टी आता विज्ञानाने सिद्ध झाल्या आहेत. एके काळी कवि-कल्पना वाटणारी चंद्रलोकीची सफर सत्यसृष्टीत उतरली आहे.

मग आणखी जरा खोलात जाऊन विचार केला तर प्रश्न पडतो, 'या देवदेवता नक्की कोण होत्या? त्या अंतराळातून म्हणजे कोठून आल्या आणि परतून कुठे गेल्या? जेव्हा कधी या देवदेवता पृथ्वीतलावर अवतीर्ण झाल्या, तेव्हा त्यांच्या पृथ्वीवरील अस्तित्वाचे काही पुरावे मागे राहिले आहेत, असं म्हटलं जातं, त्यांची अत्याधुनिक साधनांद्वारे छाननी करून संशोधन करावयास नको काय?'

– आणि बहुतेक धर्मपुराणांमधून या अंतराळवासी (स्वर्गस्थ म्हणा, वाटले तर) देवतांनी कठीण काळात पृथ्वीवर अवतीर्ण होऊन मानवाला मदत करण्याचे वचन दिलेले आढळते. आपल्या गीतेत देखील 'यदा यदा हि धर्मस्य...' असे भगवान श्रीकृष्णाचे वचन आहे. इतकी नि:संदिग्ध ग्वाही देऊन देखील या देवदेवता वचनपूर्तीसाठी भूतलावर कधीच आल्या नाहीत, असे का? – का देववाणीवर विश्वास ठेवूच नये? आणि भयंकर संहारक अस्त्रे जवळ बाळगून मानवाला समूळ नष्ट करण्याची धमकी देणाऱ्या या देवता होत्या तरी कोण? उदाहरणच द्यायचे झाले, तर आंतरराष्ट्रीय भौगोलिक वर्षाच्या निमित्ताने संयुक्त राष्ट्रसंघातर्फे भरविण्यात

आलेल्या प्रदर्शनात ॲडमिरल पिरी रीस (Piri Reis) यांनी सोळाव्या शतकाच्या सुरुवातीला हरिणाच्या कातड्यावर रंगविलेले जगाचे वीस नकाशे (ॲटलस) ठेवण्यात आले होते. तुर्कस्तानातील इस्तंबूल येथील तोपकापी (Topkapi) नावाच्या जुन्या राजवाड्यात हे नकाशे सापडले. बर्लिन येथील स्टेट लायब्ररीच्या संग्रहात पिरी रीसचे आणखी दोन नकाशे अत्यंत सांभाळून ठेवले आहेत. त्यात काळा समुद्र, कास्पियन समुद्र आणि मृत समुद्राच्या भोवतालच्या प्रदेशाचे अचूक रेखाटन केले आहे.

प्रदर्शनात मांडलेल्या नकाशांत उत्तर-दक्षिण अमेरिकेचा भूप्रदेश खूपच लांबलचक झाल्याप्रमाणे वाटतो. अमेरिकन नकाशातज्ज्ञ (Cartographer) आर्लिंग्टन मॅलरी (Arlington Mallery) यांनी नौदलातील वॉल्टर्स (Walters) यांच्या साह्याने ते नकाशे तपासले, तेव्हा अमेरिकेचा किनारा आणि जवळपासची कॅनरी, अझूर, (Canary, Azore) वगैरे लहान-सहान बेटेदेखील अचूकपणे नोंदलेली आढळली. सर्व काही अत्यंत बिनचूक.

तांबडा समुद्र आणि इराणी आखात या भागांतील तुर्की आरमाराचा प्रमुख पिरी रीस हा त्या वेळी देखील अचूक नकाशे बनविण्याबद्दल (कार्टोग्रफी) ख्यातनाम होता. इसवी सन १५१३ ते १५१७ या काळात त्याने २१५ नकाशे बनवून त्यांचे 'बहरिये' (बहर या तुर्की शब्दाचा अर्थ, समुद्र) नावाचे पुस्तक तुर्की सुलतान पहिला सेलीम याला नजर केले. पुस्तकाच्या प्रस्तावनेत पिरी रीस म्हणतो, 'मी जगाचे नकाशे बनविण्यासाठी एकूण वीस नकाशांचा वापर केला. त्यांपैकी एक ख्रिस्तोफर कोलंबसाचा आहे.' (आज कोलंबसाचा एकही नकाशा उपलब्ध नाही.) 'एलीबोलू (Oelibolu – म्हणजे हल्लीचे गॅलीपोली शहर) या शहरातील सुप्रसिद्ध केमाल रीस याचा विख्यात पुत्र हाजी महम्मद याचा य:कश्चित मुलगा मी पिरी रीस हिजरी सन ९१९ च्या मुहरमच्या पवित्र महिन्यात (म्हणजे ९ मार्च ते ७ एप्रिल १५१३). जो आपणांस केवळ क्षुद्रच वाटेल असा, परंतु माझ्या अत्यल्प कुवतीच्या संपूर्ण क्षमतेचा उपयोग करून तयार केलेला प्रयत्न सुलतानांच्या स्वर्गीय चरणांजवळ ठेवण्यात आनंद मानीत आहे...' स्वत:ला अत्यंत क्षुद्र आणि य:कश्चित लेखून दुसऱ्याला अत्यंत महान उच्चतम प्रतिष्ठा प्रदान करण्याची ही खानदानी मोगल अदब मनमोहक वाटते, यात शंकाच नाही.

वेस्टॉन (Weston) वेधशाळेचे संचालक आणि अमेरिकन नौदलाचे कार्टोग्राफर फादर लाइनहम (Father Lineham) यांनी अनेक चाचण्या घेऊन हे नकाशे अत्यंत अचूक असल्याची ग्वाही दिली आणि कमालीचे आश्चर्य व्यक्त केले. ते अशासाठी, की अंटार्क्टिका खंडाचा जो भूप्रदेश आजवर बर्फाच्छादित असल्यामुळे कुणीही पाहू शकला नाही, तोदेखील अचूकपणे रेखाटला आहे. अलीकडेच अत्याधुनिक साधनांनी

बर्फाच्या थरांमधून ध्वनिलहरी सोडून, त्यांचे प्रतिध्वनी ध्वनिमुद्रित करून अंटार्क्टिका खंडाचा आकार निश्चित करण्यात आला आहे, तो या पिरी रीस याच्या नकाशातील रेखाटनाशी तंतोतंत जुळतो. हे कसे?

प्रा. चार्ल्स हेपगुड (Charles Hapgood) आणि गणितज्ञ डॉ. रिचर्ड स्ट्राशन (Richard Strachan) यांनी प्रकाशित केलेली माहिती, तर हादरवून टाकते. त्यांनी कैरो शहर हा मध्यबिंदू धरून अडीचशे मैल उंचीवरील उपग्रहातून पृथ्वीचे छायाचित्र काढले आणि ते पिरी रीस याच्या नकाशासमवेत प्रसिद्ध केले. पृथ्वी गोलाकार असल्यामुळे छायाचित्रातदेखील अमेरिकेचा आकार लांबलचक आढळून येतो, आणि पिरी रीस याच्या नकाशातील रेखाटनाशी तंतोतंत जुळून येतो. त्यात काडीचाही फरक नाही; हे कसे? पिरी रीस किंवा ज्या कुणी हा नकाशा काढला, तो इतक्या उंचीवर गेलाच कसा? अन्यथा अमेरिकेच्या या लांबलचक आकाराची कल्पनाच येणे शक्य नाही. कारण तोपर्यंत पृथ्वी गोलाकार असल्याचे ज्ञान कुणाला नव्हतेच.

मग ते पिरी रीस याचे अथवा आमच्या कुणा पूर्वजांचे काम नाहीच. उत्कृष्ट तंत्रज्ञान अवगत असलेल्या अंतराळ-प्रवाशाने खूप उंचीवर बसून हे रेखाटन केले असावे आणि नंतर कुणा मानवाला दिले. ते हस्ते परहस्ते पिरी रीस याच्यापर्यंत पोहोचले.

अडीचशे मैल उंचीवरून उपग्रहाद्वारे घेतलेले पृथ्वीचे छायाचित्र. डावीकडे लांबच लांब दिसणारे उत्तर आणि दक्षिण अमेरिका खंड.

ॲडमिरल पिरी रीस याने सोळाव्या शतकाच्या प्रारंभी हरिणाच्या कातड्यावर रेखाटलेला जगाचा नकाशा.

स्वत: ॲडमिरल पिरी रीस याने आपण उपलब्ध असलेल्या अनेक नकाशांचा उपयोग करून घेतला असल्याचे नमूद केले आहे. त्यात आक्षेपार्ह असे काहीच नाही. मानवाचे ज्ञान असेच प्रत्येक पिढीत वाढत जाते. पूर्वीच्या पिढीच्या ज्ञानात नवनवीन भर टाकली जाते; परंतु प्रश्न असा आहे की, अमेरिका खंड खूप

उंचीवरून पाहिले असता लांबलचक दिसतो, ही मूळ माहिती कुणाची? इसवी सनापूर्वी सोळाव्या शतकापर्यंत 'चाक' आणि चाकाची गाडी अथवा वाहन याची कल्पना नसलेल्या इजिप्तमधील प्राचीन मानवाला अंतराळ-प्रवास आणि विमान-विद्या अवगत होती, असे म्हणणे केवळ हास्यास्पद आहे. मग इतक्या उंचीवर कोण गेले होते? आणि बारीकसारीक बेटांचे इतके अचूक रेखाटन करणाऱ्याला नकाशा-रेखाटनाचे (कार्टोग्रफी) उच्च तंत्रज्ञान अवगत होते, यात वादच नाही.

– आणि दक्षिण ध्रुवाकडील अंटार्क्टिका खंड सतत बर्फाच्छादित असल्यामुळे त्याचा आकार कुणीही मानव अद्याप पाहू शकला नाही. बर्फाच्या थरांमधून अत्याधुनिक तंत्राद्वारे श्रवणातीत ध्वनिलहरी सोडून, त्यांचे प्रतिध्वनी ध्वनिमुद्रित करून अंटार्क्टिका खंडाचा आकार निश्चित करण्यात आला आहे. तो देखील पिरी रीसच्या नकाशात तंतोतंत रेखाटलेला आढळतो. हे कसे? इतके अत्याधुनिक तंत्रज्ञान त्या प्राचीन काळी कुणा मानवाकडे असणे शक्यच नव्हते. मग हे तंत्रशुद्ध रेखाटन कुणाचे?

अंतराळातून प्रवास करीत पृथ्वीवर अवतीर्ण झालेल्या त्या पाहुण्या 'अतिमानवांचे'च हे ज्ञान असू शकेल. त्यांच्या संपर्कात आलेल्या मानवाच्या पूर्वजांना त्यांच्याकडूनच हे समजले असणार आणि परंपरेने ते ॲडमिरल पिरी रीसपर्यंत पोहोचले असणार, असा तर्क करणे फारसे अवघड नाही.

इन्काचे रस्ते

दक्षिण अमेरिकेत पेरू नावाचा देश आहे. पेरू देशाला लागूनच बोलिव्हियाची सरहद्द आहे. ॲन्डीज (Andes) पर्वताच्या दोन मोठ्या रांगांमध्ये सुमारे तेरा हजार फूट उंचीवर एक भलेमोठे पठार आहे. त्याला 'अल्टिप्लॅनो' (Altiplano) म्हणतात. या पठारावर पूर्वी 'नाजका' (Nazca) नावाचे शहर वसले होते. त्याचे हजारो भग्नावशेष सापडतात. रेड इंडियन जमातीच्या राजपुत्राला 'इन्का' (Inca) म्हणून संबोधतात. इन्का म्हणजे 'सूर्यपुत्र'. त्यामुळे प्रगत अवस्थेत पोहोचलेल्या या लोकांच्या संस्कृतीला देखील 'इन्का संस्कृती' हेच नाव आज प्रचारात आहे. येथे गंजलेल्या लोखंडाच्या रंगाच्या दगडांनी बनवलेली सदतीस मैल लांब आणि दीड-दोन मैल रुंद अशी सरळ सपाटपट्टी आहे. तीवर गवतदेखील उगवलेले नाही. स्थानिक रहिवासी या जागेला 'पंपा' असे म्हणतात. या सपाट पट्टीवर एकमेकींना समांतर अशा लांबच लांब सरळ वळखणी आहेत. ठिकठिकाणी चौरस वा कमळ किंवा राक्षसी आकाराच्या पक्ष्याची आकृती बनविलेली आहे. हे काय असावे?

पुरातत्त्ववेत्ते या रेखाटनाला 'इन्काचे रस्ते' असे म्हणतात. त्यालाच उद्देशून येथे एक वाक्प्रचार आढळतो. 'इन्काचे रस्ते तुम्हांला कुठेच नेऊ शकत नाहीत.' (Roads of Incas Lead To Nowhere). आता प्रश्न असा, की जर हे रस्ते

असतील, तर एकमेकांना समांतर कशाला? आणि बाकी चौरस, कमळ, पक्षी वगैरे आकृती काय दर्शवितात?

'इन्का' संस्कृतीचे तज्ज्ञ प्रा. आल्डेन मॅसॉन (Prof. Alden Mason) म्हणतात, की या खुणा काही धार्मिक क्रियाकर्मांसाठी असाव्यात. कदाचित या दिनदर्शिकादेखील असू शकतील. परंतु एरिक व्हॉन डॅनिकेन यांना मात्र ते मत मुळीच मान्य नाही. कारण हॅम्बुर्ग किंवा बर्लिनसारख्या अद्ययावत विमानतळावर उतरतांना अशाच खुणा आढळतात. त्या वैमानिकाला धावपट्टीचा अंदाज यावा; म्हणून रेखाटलेल्या असतात. मग 'नाजका' हा प्राचीन काळी पृथ्वीवर उतरणाऱ्या त्या अंतराळप्रवाशांचा – वाटल्यास देवदेवतांचा म्हणा – हवाईअड्डा किंवा विमानतळ तर नसेल? या देवदेवतांनी स्थानिक लोकांकडून या जागेची बांधणी करून घेतली. परंतु हे कशासाठी बांधले, याचा पत्ता लागू दिला नसेल. अशा खुणा पेरू देशात अनेक ठिकाणी आढळतात. त्या सर्व अंतराळात भटकणाऱ्या देव-देवतांच्या सोयीसाठीच असाव्यात.

या तर्काला बळकटी आणणारी एक फार मोठी गोष्ट तिथेच आढळते. या अॅन्डीज पर्वतातील पिस्को (Pisco) या डोंगरावर लाल दगडांच्या कड्यावर सुमारे आठशे वीस फूट उंचीचा प्रचंड त्रिशूळ कोरण्यात आला आहे. तो बारा मैलांवरून सहज दिसू शकतो. अंतराळातून प्रवास करणाऱ्या देवदेवतांना विमानतळाचा अंदाज यावा म्हणून ही खूण कोरली असेल काय?

या इन्का कालखंडात (इसवी सनापूर्वी दोन हजार वर्षे) किंवा इन्कापूर्व कालखंडात वावरणाऱ्या अगदी प्राथमिक अवस्थेतील मानवाला एवढे भव्य कोरीव काम करण्याचा खटाटोप कशासाठी सुचला असावा? आणि त्या काळातील अत्यंत प्राथमिक दगडांची अवजारे वापरून अत्यंत अचूक असे सुबक आणि महाकाय शिल्प साकारणे कसे शक्य झाले?

अचूकता आणि सुबकपणा पाहिल्यानंतर त्या प्राथमिक अवस्थेतील मानवाचे हे काम नाहीच, हा एरिक व्हॉन डॅनिकेन यांचा विचार योग्य वाटतो. त्रिशुलाच्या मधल्या अंगुलावर प्राचीन काळापासून लंबकाप्रमाणे एक दोर टांगलेला आहे. हा किती प्राचीन असावा, याचा कुणी अंदाज घेतलेला नाही. त्यावरून असाही विचार येतो, की हे काही कालमापन यंत्र तर नाही?

वाल्मीकी रामायणात सीता-अपहरण झाल्यानंतर श्री रामांचे सुग्रीवाशी सख्य होऊन सीतेचा शोध घेण्याची जबाबदारी वानरवीरांवर सोपविण्यात आली. नल, अंगद वगैरे वानरवीरांना वेगवेगळ्या दिशा नेमून देण्यात आल्या. त्या वेळी पाताळ दिशेचे वर्णन करताना सुग्रीव या पर्वतावरील महाकाय त्रिशुलाचा उल्लेख करतो आणि हा त्रिशूळ पाताल प्रदेशाच्या सीमेवर आढळेल, असे सांगतो. वाल्मीकींनी

वर्णन केलेला त्रिशूळ हाच असेल काय?

केव्हातरी हे अंतराळप्रवासी अथवा देवदेवता पृथ्वीतलावर अवतरल्या असतील. त्यांचे अवकाश-पोशाख (Space Suits), शिरस्त्राणे (Helmets) आणि त्यांना जोडलेले ॲन्टेनी (Antennae) वगैरे पाहून आमचे अर्धवट रानटी अवस्थेतील पूर्वज घाबरले असतील. कालांतराने या देवदेवता आपल्या अवकाशयानांमध्ये बसून उडून गेल्या, आणि मागे राहिलेल्या अर्धवट जमातींनी त्या अनुपम सोहळ्याची शिल्पचित्रे कोरून ठेवली वा गुहांमध्ये भित्तिचित्रे रेखाटली. ज्या कुणा जमातीला लेखनकला अवगत झाली, त्यांनी या ऐतिहासिक घटनेची नोंद केली. सुवर्णवस्त्रालंकृत देवता आणि त्यांची पुनर्भेटीची आश्वासने यांचा आलेख बनविला. अवकाशयान उतरलेली जागा पवित्र घोषित करून तेथे श्रद्धास्थान मंदिर बनविण्यात आले.

कालांतराने लोकसंख्या वाढून आपापसांतील लढायात मंदिरे नष्ट झाली आणि बऱ्याच नंतरच्या कालावधीत जन्मलेल्या पिढ्यांना त्या मंदिरांचे अवशेष सापडले आणि त्यावर तर्कवितर्क रचले गेले.

नक्की काय घडले असेल? समोर उभी राहणारी ही असंख्य प्रश्नचिन्हे काय सांगतात? एरिक व्हॉन डॅनिकेन यांचा त्यालाच जोडून एक प्रश्न आहे,

'चंद्रावर पदार्पण करणारा बुद्धिवान मानव पुन्हा डोळे उघडून त्या अवशेषांकडे नीट डोळसपणे पाहणार काय?'

ॲन्डीज पर्वतावरील त्रिशूळ. वाल्मीकी रामायणात
वर्णन केलेला त्रिशूळ हाच असेल काय?

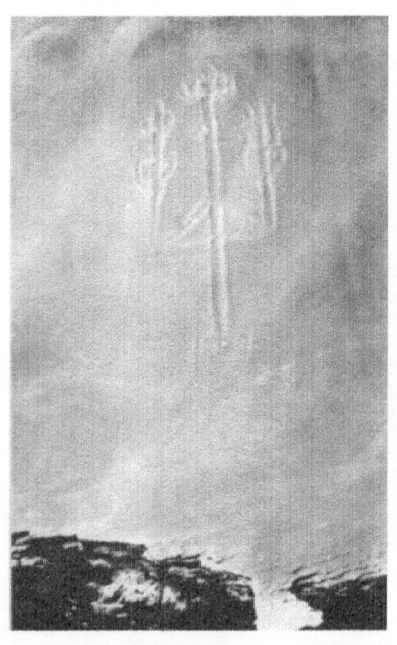

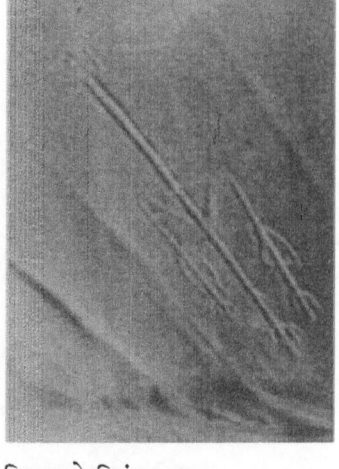

त्रिशुळाचे विहंगम दृश्य

तांबूस रंगाच्या दगडांनी बनविलेली सदतीस मैल लांब आणि दोन मैल रुंदीची फरसबंदी आणि तीवरील वळखणी. काय असेल हे?

अंतराळयानातून येणाऱ्या अतिमानवांना तळावर व्यवस्थित उतरता यावे, म्हणून कोरलेल्या खुणा.

विमानातून दिसणारे 'नाजका'चे पठार आणि 'इन्का'चे रस्ते. हा अंतराळातून येणाऱ्या अतिमानवांचा विमानतळ तर नसेल?

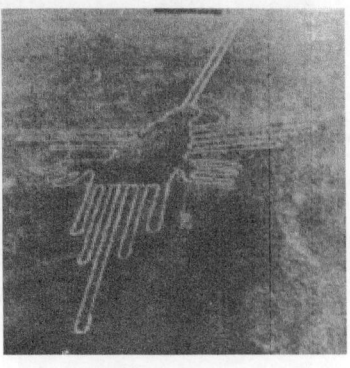

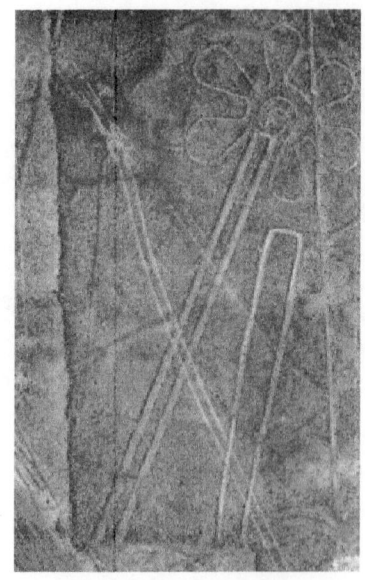

'नाजका' च्या पठारावर विमानातून दिसणाऱ्या काही आकृती.

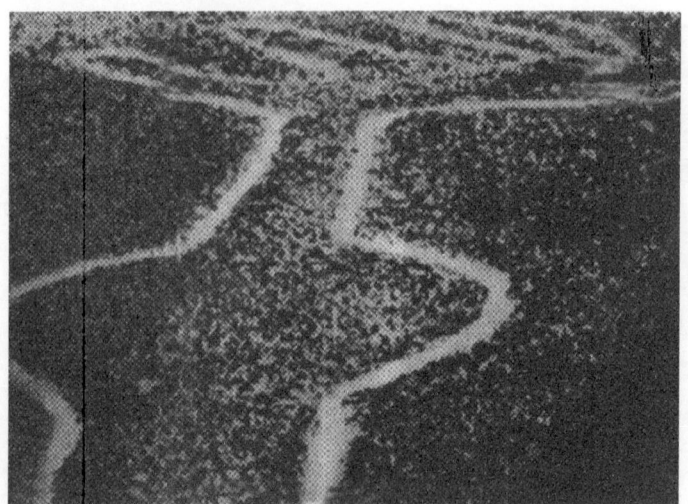

आजच्या अत्याधुनिक विमानतळावर अशाच आकृती दिसतात. विमान उतरविण्यासाठी या आकृतींचा 'मार्गदर्शक' म्हणून उपयोग होतो. प्राचीन काळी नाजका पठारावर उतरणाऱ्या अतिमानवांच्या अंतराळ-वाहनांच्या सोयीसाठी तर या आकृती चितारल्या नसतील?

'इन्का'ची भव्य देवता आणि सूर्यद्वार

'समुद्रालगत पसरलेल्या या पर्वताच्या अनेक रांगा आहेत... त्यांतील दोन रांगांच्या मध्येच एक भलेमोठे पठार आहे... समुद्राजवळून अथवा पर्वताच्या पायथ्याजवळून याची कल्पनाच येऊ शकत नाही... जेथे श्वासोच्छ्वास करणेदेखील कठीण जाते, इतक्या उंचीवर हे लोक राहतात तरी कशाला?... यांना कुणाची भीती वाटते, म्हणून हे लोक या डोंगरकपाऱ्यांत दडून राहिलेत?' ...ख्रिस्तोफर कोलंबसने अमेरिका शोधून काढल्यानंतर सुमारे वीस वर्षांनी, १५३२ मध्ये पेरू-बोलिव्हिया या दक्षिण अमेरिकेतील राज्यांच्या सरहद्दीजवळ जाऊन पोहोचलेल्या फ्रान्सिस्को पिसारो या स्पॅनिश खलाश्याने तेथील आदिवासी रेड इंडियन जमातीच्या राज्याचे तपशीलवार वर्णन लिहून ठेवलेले आढळते.

दक्षिण अमेरिकेतील पश्चिम किनाऱ्याजवळ ॲन्डीज पर्वतराजीत हे 'नाजका' पठार दडलेले आहे. समुद्रसपाटीपासून तेरा हजार फुटांपेक्षा अधिक उंचीवर असलेल्या या पठारावर हवेचा दाब नेहमीच्या पेक्षा निम्मा म्हणजे एका चौरस इंचाला फक्त आठ पौंड असतो. (समुद्रसपाटीजवळ हा दाब एका चौरस इंचाला पंधरा पौंड असतो.) म्हणजेच हवा अत्यंत विरळ आणि प्राणवायूची कमतरता जाणवते. या पठारावर साधे गवत अथवा शेवाळदेखील उगवत नाही, परंतु तरीही प्रचंड बांधकामे असलेले 'नाजका' शहर आणि अत्यंत प्रगत राज्यव्यवस्था असलेले 'इन्का' जमातीचे राज्य येथे होते, असे वर्णन आहे. येथील रेड इंडियन स्वत:ला इन्का म्हणजे 'सूर्यपुत्र' म्हणवीत असत. या इन्का रेड इंडियन राज्याबद्दल लिहिताना फ्रान्सिस्को पिसारो याने काही विलक्षण गोष्टी नमूद केल्या आहेत. तो म्हणतो, 'या 'इन्का' रेड इंडियन लोकांना लिहिता-वाचता येत नाही, तरीदेखील राज्यव्यवस्था मात्र आखून दिल्याप्रमाणे सुरळीत चालते. हे कसे? आणि या अशिक्षित जमातीचे पुढारी त्यांचे संत-महंत वा धर्मगुरू आहेत. ते अशिक्षित असूनदेखील गणित मात्र उत्तम प्रकारे जाणतात. हा काय प्रकार असावा, हे समजू शकत नाही. या जमातप्रमुखांकडे दोन, सव्वा-दोन फूट लांब दोरी असते. तिला 'क्विपू' म्हणतात. या क्विपूला आणखी रंगीबेरंगी दोऱ्या बांधलेल्या असतात. या क्विपूच्या साह्याने हे लोक अनेक आकडी बेरीज-वजाबाक्या सहज करू शकतात. त्या दोरीला ते अनेक गाठी बांधतात. प्रत्येक गाठीत एक ते नऊ वळसे असू शकतात. जितके

वळसे, तितका आकडा आणि दोन गाठींच्या दरम्यान मोकळी जागा असेल ते 'शून्य', असे काहीतरी गणित हे लोक करतात. परंतु उत्तर मात्र बिनचूक असते....'

आजदेखील या जमाती तितक्याच अशिक्षित आणि अप्रगत अवस्थेत आहेत. मग त्यांच्याकडे हा 'क्विपू' कसा आला? आणि तो वापरण्याची पद्धत त्यांना कुणी शिकवली? नाजकाचे पठार हा अंतराळप्रवाशांचा हवाई अड्डा आणि 'पिस्को'

डोंगरावरील महाप्रचंड त्रिशूळ हा हवाई-अड्डा-निर्देश त्या प्राचीन अंतराळ-प्रवाशांना योग्य अंदाज यावा म्हणून कोरला असावा, ही एरिक व्हॉन डॅनिकेन यांची कल्पना ग्राह्य मानली, तर त्या अतिमानवांचे आगमन नक्की कधी होणार, त्याचा अंदाज यावा म्हणून, त्यांनी या अप्रगत जमातींपैकी काही बुद्धिमान माणसांना ही गणिताची कला तर शिकविली नसेल? आणि त्याच अत्यंत प्रगल्भ अशा अंतराळ-प्रवाशांनी आपली पृथ्वीवर उतरण्याची जागा सुरक्षित असावी, म्हणून इतकी अवघड जागा हेतुपुरस्सरच तर निवडली नसेल?

या पठारावर १२२ मैल लांब आणि ३५ मैल रुंद असे अतिविशाल सरोवर आहे. त्याची खोली ७०० फुटांपेक्षा अधिक आहे. डोंगरमाथ्यावर असलेला हा एखादा समुद्रच आहे जणू! या प्रचंड सरोवराला इन्का-रेड इंडियन आणि त्यांच्याही पूर्वी तेथे राहणाऱ्या रेड इंडियन जमाती 'टिटिकाका' म्हणून संबोधतात. टिटिकाका या शब्दाचा अर्थ रानमांजर किंवा 'जग्वार'. येथील रेड इंडियन लोक रानमांजराची पूजा करीत. पंजे उगारून फिस्कारीत सशावर झडप घालणाऱ्या रानमांजरांची असंख्य शिल्पे आजूबाजूला सापडतात. या सरोवराकाठी अमेरिकन दूरदर्शनचे छायाचित्रण चालू असताना काही हौशी अमेरिकन अंतराळवीरांनी सुमारे १७६ मैल उंचीवरून उपग्रहातून या सरोवराची छायाचित्रे घेतली. अत्यंत आश्चर्याची गोष्ट म्हणजे, छायाचित्रांत या सरोवराचा आकार पंजे उगारून हल्ला करणाऱ्या रानमांजरासारखाच दिसतो आणि सशाच्या ठिकाणी एक दुसरा लहानसा जलाशय आहे.

एरिक व्हॉन डॅनिकेन यांना पडलेला प्रश्न असा, की आजपर्यंत अशिक्षित असणाऱ्या या रेड इंडियन जमातीला अंतराळ-प्रवास कधीच अवगत नव्हता. मग हा रानमांजराचा आकार त्यांना कसा काय समजला? अंतराळातून भ्रमण करणाऱ्या त्या अतिमानवांना म्हणा वा त्या प्राचीन काळच्या अंतराळ-प्रवाशांनाच म्हणा, ही कल्पना असणार ना? एरवी कुणाला ही कल्पना येऊ शकेल?

इन्का-रेड इंडियन लोकांपूर्वीदेखील येथे आदिवासी राहत होतेच. त्यांना आपण सोयीसाठी इन्कापूर्व रेड इंडियन जमात म्हणू या. या इन्कापूर्व जमातीने या सरोवराकाठी प्रचंड बांधकाम असलेले शहर वसविले होते. त्याचे भग्नावशेष पाहण्यासाठी पर्यटकांची रीघ लागलेली असते. या भग्नावशेषांच्या शहराचे नाव आहे 'टायटम्बो'. येथे येण्यासाठी पेरू देशातील कुझको शहरापासून कित्येक दिवस रेल्वे आणि नंतर बोटीने प्रवास करीत यावे लागते.

टायटम्बो येथे या इन्कापूर्व जमातीने केवळ राक्षसच बांधू शकतील, अशा आकाराचा दगडी किल्ला बांधला आहे. प्रत्येक दगड दहा-बारा टन वजनापेक्षा अधिक आहे आणि बरेच दगड प्रत्येकी शंभर टन वजनापेक्षाही अधिक आहेत आणि

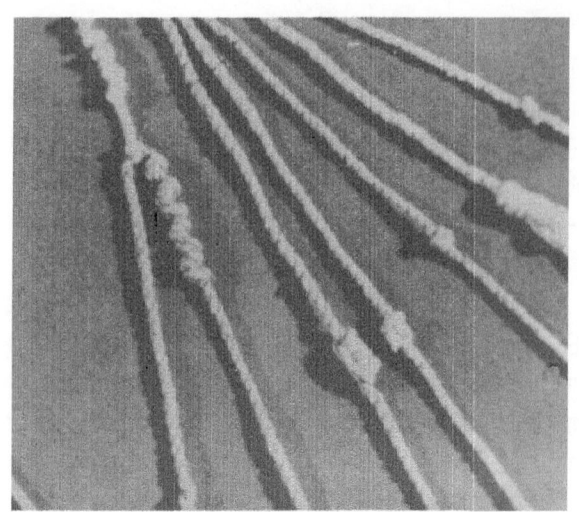

इन्का जमातीकडे असलेला, गणिताच्या मोजमापासाठी वापरण्यात येणारा 'क्विपू' हा दोरखंडाचा संगणक.

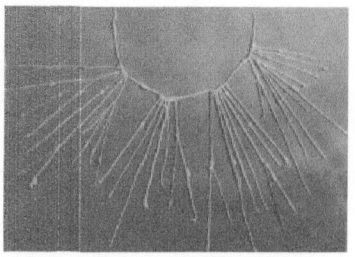

लाल शिलाखंडात कोरलेली वीस टन वजनाची देवतेची अतिभव्य मूर्ती.

सर्वांत आश्चर्याची बाब म्हणजे, हे सर्व दगड सात मैल अंतरावर असलेल्या डोंगरातून कातून मधली दरी आणि त्यातून अत्यंत वेगाने वाहणारी नदी पार करून पुन्हा किल्ल्याच्या डोंगरावर चढविले आहेत. नंतर बांधकाम करताना ते इतके सुरेख घडविले आहेत, की एकावर एक ठेवलेल्या या अतिप्रचंड दगडांचे कोन एकमेकांना व्यवस्थित साधून भिंत बांधली आहे. हे सर्व कुणी केले? आणि साधले तरी कसे?

आजच्या प्रगत काळातील स्थापत्यशास्त्राला शंभर टनांपेक्षा अधिक वजनाचे दगड एका डोंगरावरून कातून, सात मैल दूर दुसऱ्या डोंगरावर घेऊन जाणे अशक्य आहे आणि नंतर व्यवस्थित कोन साधून एकमेकांवर रचणे, तर अत्यंत दुरपास्त आहे. इतक्या प्रचंड शक्तीची यंत्रे-अवजारे आमच्या मानवी पूर्वजांकडे असणे शक्यच नाही. मग हे घडले कसे? आजच्या स्थापत्यविशारदांच्या अंदाजाप्रमाणे सुमारे दहा लाख मजूर पन्नास वर्षांपेक्षा अधिक वर्षे राबविले, तर यांतले जेमतेम निम्मे काम होऊ शकेल. केवळ हट्टाग्रहासाठी हा मुद्दा मान्य केला, की मजूर लावूनच हे काम करविण्यात आले, तर प्रश्न असा उपस्थित होतो, की पाच हजार वर्षांपूर्वी जेव्हा हे बांधकाम केले, तेव्हा संपूर्ण जगाची लोकसंख्या एक-दीड कोटीपेक्षा अधिक नव्हती. मग फक्त दक्षिण अमेरिकेत किती लोक असतील? आणि याहीपेक्षा अधिक बिकट प्रश्न म्हणजे, तेरा-चौदा हजार फुटांपेक्षा अधिक उंचीवर असलेल्या दुर्गम भागात हे लक्षावधी मजूर न्यायचे आणि त्या जागेत साधे गवतदेखील उगवत नाही, तेथे त्यांच्या खाण्यापिण्याची सोय वर्षानुवर्षं करीत राहायचे, हे शक्य आहे काय?

शेवटी या सर्व प्रश्नांचे उत्तर एकच येते, की हे सर्व काम मानवाच्या पूर्वजांचे खासच नाही. मानवाकडे त्या काळात इतके प्रगत तंत्रज्ञान आणि यंत्रे उपलब्ध नव्हती. हे सर्व काम त्या अवकाशातून पृथ्वीवर येणाऱ्या अंतराळ-प्रवाशांचेच होते. ते सर्व प्रगत तंत्रज्ञान त्यांचेच होते आणि त्यांच्याबरोबरच परत गेले. 'आमचे पूर्वज फार ज्ञानी होते. परंतु मध्यंतरीच्या अनेक पिढ्या नादान निघाल्या आणि ते सर्व ज्ञान आम्ही गमावून बसलो,' हे म्हणणे खोटे आहे. ते ज्ञान मानवाचे कधीच नव्हते. बाहेरून, कोणत्या तरी ग्रहावरून येणाऱ्या त्या अंतराळ-प्रवाशांनी वेळोवेळी पृथ्वीवर येऊन इथल्या अप्रगत मानवावर प्रयोग करून बुद्धिमान मानव निर्माण करण्याचा प्रयत्न केला. त्याचे फळ म्हणजे आजचा प्रगत मानव! अन् ज्या-ज्या वेळी ते प्रगत अवकाश-प्रवासी येथे येऊन काही काळ वास्तव्य करून गेले, त्याच्या या खाणाखुणा शिल्लक असाव्यात.

टिटिकाका सरोवरात पाण्याखाली दडलेली अशीच एक प्रचंड भिंत आहे. पाण्याखाली अशा प्रचंड शिळा रचून बांधकाम करण्याचे काय प्रयोजन होते, हे

समजू शकत नाही. परंतु या भिंतीच्या रेषेत सुमारे दहा मैल सरळ पुढे गेल्यास तिह-वानाको (Tiahuanaco) हे इन्का संस्कृतीचे शहर वसलेले आढळते. येथेदेखील भग्न अवशेषांचा खच पडलेला आढळतो. या शहराबाबत पुन्हा तोच प्रश्न निर्माण होतो. 'इतक्या दुर्गम आणि नापीक, ओसाड भागात शहर वसविण्याचा उद्योग कुणी आणि कशासाठी केला?'

शहरातील मध्यवर्ती जागेत लाल पाषाणातून कोरलेली चोवीस फूट उंचीची वीस किंवा अधिक टन वजनाची देवतेची अतिभव्य मूर्ती आहे. मूर्तीचे शिल्पकाम अत्यंत रेखीव आणि प्रमाणबद्ध आहे. परंतु या जातीचा लाल पाषाण जवळपास कुठेच मिळत नाही. मग दूर कोठेतरी घडविलेली अतिभव्य आकाराची आणि प्रचंड वजनाची मूर्ती इतक्या डोंगर-कपारींतून जराही धक्का लागू न देता या तेरा-चौदा हजार फुटांवरील पठारावर आणलीच कशी? या मूर्तीसंबंधाने एच.एस. बेलामी आणि पी. ॲलन या दोन शास्त्रज्ञांनी सखोल संशोधन करून, तिह-वानाकोची भव्य देवता (The Great Idol of Tiahuanaco) नावाचा ग्रंथ प्रसिद्ध केला. त्यात त्यांनी एक विलक्षण गौप्यस्फोट केला. या भव्य मूर्तीच्या अंगावर सांकेतिक खुणांनी कोरलेली काही माहिती आढळते. ही माहिती डॉ. हेरबिजर यांच्या उपग्रह सिद्धान्ताशी तंतोतंत जुळते, असे विधान केले आहे.

डॉ. हेरबिजर यांनी १९२७ मध्ये आपला सिद्धान्त मांडला. त्यांच्या कल्पनेनुसार अतिप्राचीन काळी एक भला मोठा उपग्रह पृथ्वीभोवती २८८ दिवसांत ४२५ प्रदक्षिणा पूर्ण करीत असे; परंतु केव्हातरी, कुठेतरी, काहीतरी बिघाड झाला आणि हा मोठा उपग्रह आपल्या परिक्रमा-मार्गातून पृथ्वीकडे खेचला गेला आणि फुटला. त्याचाच एक मोठा तुकडा अद्याप पृथ्वीभोवती फिरत असतो, तोच आमचा चंद्रमा. हीच माहिती सांकेतिक लिपीत त्या भव्य प्रतिमेच्या अंगावर कोरली आहे. हे कसे?

डॉ. हेरबिजर यांच्या संशोधनाविषयी शंका घेताच येत नाही, कारण त्यांचा सिद्धांत स्वतंत्रपणे १९२७ मध्ये प्रसिद्ध झाला आणि तिह-वानाको येथील भव्य मूर्तीचा शोध त्यानंतर तब्बल पाच वर्षांच्या कालावधीनंतर म्हणजे १९३२ मध्ये लागला. तोपर्यंत त्या मूर्तीची कुणालाच माहिती नव्हती. मग हे गूढ काय असावे?

आणखी एक विचित्र गोष्ट म्हणजे, मूर्ती अतिशय सुबक आणि रेखीव, तासून गुळगुळीत केलेली आणि शिल्पकलेचा उत्तम नमुना म्हणता येईल इतकी सुंदर, तर भोवतालचे मंदिर मात्र अत्यंत ओबडधोबड पाषाणांचे. हा काय प्रकार असावा? आणि कार्बन-१४ पद्धतीने कालमापन केले, तेव्हा मूर्ती मंदिरापेक्षा शेकडो वर्षे अधिक पुरातन असल्याचे सिद्ध झाले. गूढ वाढतच जाते. जवळच प्रत्येकी शंभर टन किंवा अधिक वजनाचे लाल वालुकापाषाणाचे दगड उत्तम घडवून एकमेकांवर

चढविले आहेत. दगडांचे कोन केवळ काटकोन नाहीत, तरीदेखील एकमेकांना अत्यंत मिळतेजुळते आहेत. दोन दगडांच्या मध्ये तांब्याचे जोड दिलेले आहेत. हे काय बांधण्याचा प्रयत्न असावा? आजूबाजूला दहा-बारा टन वजनाचे अनेक पाषाण घासूनपुसून गुळगुळीत करून ठेवले आहेत. त्यांतल्या काही पाषाणांत दीड फूट व्यासाची भोके पाडून पन्हाळ काढले आहेत. आजच्या सिमेंट पाईपपेक्षादेखील हे पन्हाळ अधिक योग्य रितीने एकमेकांना जुळतात. आपण हल्ली ग्रॅनाइट म्हणजे काळ्या फत्तराला घासून गुळगुळीत पॉलिश करतो आणि त्या गुळगुळीत दगडाचा स्वयंपाक-घरात ओटा बनवितो. तितकेच उत्तम पॉलिश या सर्व पाषाणांना केलेले आढळते.

याहीपेक्षा आश्चर्यकारक म्हणजे आपण घरात किंवा पदपथावर फरसबंदी करण्यासाठी छोट्यामोठ्या आकाराच्या सपाट फरश्या उपयोगात आणतो. त्याच पद्धतीने एकाच सलग पाषाणातून कातून आणलेले प्रत्येकी साडे-सोळा फूट लांब आणि सहा ते आठ फूट रुंद असे सपाट तुकडे घोटून, गुळगुळीत करून, एकमेकांना चिकटून जोडले आहेत. ही राक्षसी आकाराची बांधकामे बांधली तरी कुणी? आणि कशासाठी?

या सर्व बांधकामाचा नक्की काळ समजत नाही, तरी तो चार-पाच हजार वर्षांपेक्षा खचितच जुना आहे. त्या काळी इतके मोठे पाषाण कातण्याची यंत्रे कुणाकडे उपलब्ध होती? ते उचलून ठिकठिकाणी नेले कसे? आणि इतकी उत्तम लकाकी आणणारे कारागीर होते तरी कोण?

येथेच आश्चर्याने थक्क करणारे आणखी एक कुतूहलजनक शिल्प आढळते. एकाच सलग पाषाणातून कोरलेले साडेसोळा फूट लांब अन् साडेदहा फूट उंच असलेले 'सूर्यद्वार' (Sun Gate) पाहण्यासाठी असंख्य पर्यटक येथे येतात. या सलग पाषाणाचे वजन बारा टनांपेक्षा अधिक आहे. दरवाजावरील गणेशपट्टीवर तीन ओळींत मांडलेले एकूण अठ्ठेचाळीस चौरस आहेत. प्रत्येक चौरसात अंतराळात संचार करणाऱ्या कुणा देवतेची प्रतिमा आहे. तिन्ही ओळींच्यावर एका पूर्णाकृती; परंतु अश्रू ढाळणाऱ्या देवतेची प्रतिमा आहे. या सूर्यद्वाराचे आयुर्मान कार्बन-१४ पद्धतीनुसार चार-पाच हजार वर्षांपेक्षा खूपच अधिक आहे. म्हणजेच हे मानवाच्या पूर्वजांचे काम असू शकत नाही. मग कुणाचे असेल?

याच परिसरात प्लॅटिनम धातू वितळवून बनविलेले अनेक प्राचीन अलंकार सापडले आहेत. त्यांचे कालमान आठ हजार वर्षे इतके प्राचीन आहे. प्लॅटिनम हा धातू वितळविण्यासाठी सुमारे दोन हजार अंश सेल्सिअस इतके तापमान आवश्यक असते. इतके तापमान उत्पन्न करण्यासाठी खास वैशिष्ट्यपूर्ण भट्टी उपयोगात आणावी लागते. ते एक खास तंत्रच आहे. हे तंत्रज्ञान इतक्या प्राचीन काळात

वापरणारी माणसे कोण असावीत? इसवी सनापूर्वी सुमारे दोन हजार वर्षे म्हणजे आजपासून चार हजार वर्षांपूर्वी मानवाला लोखंड हा धातूदेखील माहीत नव्हता. मग इतके प्रगत तंत्रज्ञान त्यांनी कोठून आत्मसात केले असेल? कुणाचे असतील हे अलंकार?

पेरू देशातच उत्खनन केलेल्या एका थडग्यात मृतदेहावर अत्यंत लहान आकाराचे निमपारदर्शक मणी असलेल्या माळा शृंगारलेल्या आढळल्या. हे मणी क्वार्टझ (Quartz) चे बनविलेले असून, प्रत्येक मणी एक मिलीमीटर किंवा त्याहूनही लहान व्यासाचा (diameter) – म्हणजे स्थूल भाषेत सांगावयाचे झाले, तर टाचणीच्या डोक्याएवढा आहे. इतक्या लहान आकाराच्या मण्यांना आरपार भोके पाडून सुरेख माला गुंफलेल्या आहेत. या आकाराच्या क्वार्टझ मण्याला वेज किंवा आरपार भोक पाडणारे ड्रिल मशीन आजही बाजारात उपलब्ध नाही. मग पाच-सात हजार वर्षांपूर्वी हे मायक्रो इंजिनिअरिंग किंवा अतिसूक्ष्म यंत्रकार्य करण्याइतके प्रगल्भ तंत्रज्ञान कुणाकडे होते?

सर्व प्रश्नांचे उत्तर फक्त एकाच गोष्टीकडे बोट दाखविते. अवकाशातून

'तिह-वानाको' येथील एका सलग पाषाणातून कोरलेले सूर्यद्वार. गणेशपट्टीवर तीन रंगांमध्ये अठ्ठेचाळीस देवता आणि मध्यभागी अश्रू ढाळणाऱ्या देवतेची प्रतिमा.

तिह-वानाको येथील सूर्यद्वारांचे वेगळ्या कोनातून घेतलेले छायाचित्र. यात संपूर्ण पाषाणाचा आकार दिसू शकतो.

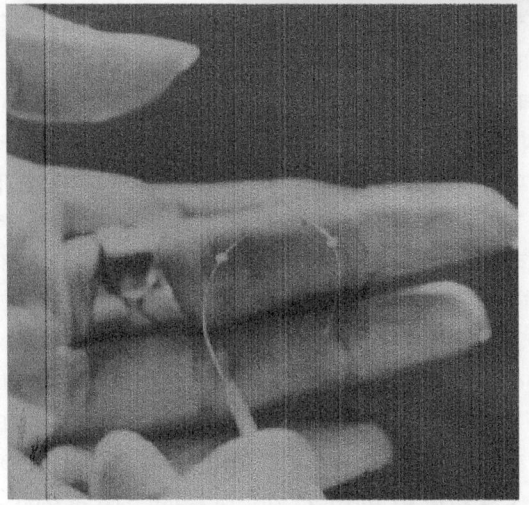

पेरू येथील थडग्यात आढळलेले अत्यंत लहान आकाराचे क्वार्टझचे मणी. इतक्या लहान आकाराचे वेज कोणत्या यंत्राने पाडले असेल?

आलेल्या त्या अंतराळ-प्रवासी अतिमानवांचेच हे तंत्रज्ञान असणार. कोण असावेत हे अतिमानव? दुसऱ्या ग्रहावरील आपल्यासारखीच, परंतु आपल्यापेक्षा खूप अधिक प्रगत झालेली माणसे? – आणि त्यांचे थक्क करणारे तंत्रज्ञान पाहून आपल्या अप्रगत पूर्वजांनी त्यांना 'देवत्व' बहाल केले आणि ते 'देवपण' त्यांना कायमचेच चिकटले असावे? आणि आणखी एक प्रश्न उद्भवतो, की या तथाकथित देव-देवतांना पृथ्वीवर येण्याचे काय कारण होते?

भिंतीवरील 'बोलके' चेहरे

पेरू-बोलिव्हियाच्या सरहद्दीलगत असलेल्या नाजका पठारावरील 'तिह-वानाको' आणि 'टायटम्बो' या प्राचीन नगरांजवळच 'साक्सा-वामान' या आणखी एका पुरातन नगराचे अवशेष पर्यटकांचे आकर्षण बनले आहेत. येथे देखील प्रचंड आकारमानाची राक्षसी बांधकामे आढळतात. परंतु पहिल्या दोन शहरांच्या तुलनेत या साक्सा-वामान शहरात हाताला केवळ चारच बोटे असणाऱ्या मानवाकृतींची शिल्पे खूपच अधिक प्रमाणात आढळतात.

आजूबाजूच्या परिसरात राहणाऱ्या आदिवासी रेड इंडियन जमातींच्या वेगवेगळ्या टोळ्यांत प्रचलित असलेल्या दंतकथांमधून महामाता ओरियाना हिची कथा नेहमीच ऐकू येते. फार पूर्वी केव्हा तरी सुवर्णकांतीचे अतितेजस्वी अवकाशयान भूतलावर अवतरले. स्वर्गलोकीच्या या दिव्य यानातून ओरियाना या नावाची कुणी अत्यंत रूपवान देवता पृथ्वीतलावर उतरली. तिच्यावर 'जगाची महामाता' होण्याचे कार्य सोपविलेले होते. आपल्या पृथ्वीवरील वास्तव्यकाळात तिने एकूण सत्तर अपत्यांना जन्म दिला आणि त्यानंतर ती अवकाशयानात बसून परत अंतराळात निघून गेली.

या सुवर्णमयी महामातेच्या हातांना फक्त चारच बोटे होती आणि चारही बोटे बेडकाच्या बोटांप्रमाणे कातडीच्या पडद्यांनी एकमेकांना जोडलेली होती. या तीन शहरांच्या परिसरात हाताला चार बोटे असलेल्या मानवाकृतींची अनेक शिल्पे सापडतात. हे सर्व त्या महामातेचे पुत्र होते. या सर्वांना काही ना काही 'सिद्धी' प्राप्त होत्या आणि त्यायोगे ते असामान्य गोष्टी करू शकत, असे वर्णन आढळते. आजच्या विज्ञानाच्या निकषावर घासून विचार केला, तर अवकाशयानातून वेळोवेळी पृथ्वीवर येणारे अंतराळ-प्रवासी कुणा अतिप्रगल्भ वंशाचे 'अतिमानव' असावेत आणि त्यांचे ज्ञानविज्ञान मानवाच्या अप्रगत पूर्वजांना आकलन होण्यासारखे नव्हतेच. साहजिकच त्यांचे ज्ञानविज्ञान म्हणजे चमत्कार किंवा दैवी शक्ती, हा समज दृढ होऊन त्यांना देवपण कायमचे चिकटविण्यात आले आणि मग या तथाकथित 'देवदेवता' वेळोवेळी आपल्या 'दिव्य यानात बसून पृथ्वीतलावर अवतरतात,' या कल्पना प्रचलित झाल्या असाव्यात. या चार बोटे असलेल्या शिल्पांचा निर्मितिकाल नक्की करण्यात आलेला नाही, परंतु तो चार-पाच हजार वर्षांपेक्षा अधिक आहे, याबद्दल शास्त्रज्ञांचे दुमत नाही.

खडकामधील सर्पाकृती खोबणं. आतमध्ये होकायंत्र
ठेवल्यास त्याची सुई दिशाहीन फिरते.

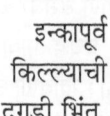
इन्कापूर्व
किल्ल्याची
दगडी भिंत.

साक्सा-वामान नगरातले बाकीचे बांधकामदेखील स्तिमित करणारेच आहे. प्रत्येकी शंभर टनांपेक्षा अधिक वजनाचे पाषाण तासून, घडवून अगदी गुळगुळीत बनविले आहेत आणि वेगवेगळ्या आकारांचे, वेगवेगळे कोन असलेले हे प्रचंड चिरे एकमेकांना व्यवस्थित जुळतील, अशा बेताने रचून, सुमारे पंधराशे फूट लांब आणि छपन्न फूट रुंद असा गच्चीवजा 'सौध' बनविण्यात आला आहे. सौधाच्या कोपऱ्याला आपल्याकडील किल्ल्यांना जसे बुरूज असतात, तसे दंडगोलाकृती बुरूज बनविलेले आढळतात. बुरुजांची उंची जमिनीपासून सुमारे वीस फूट आहे. यांतल्या एका बुरुजावर वैशिष्ट्यपूर्ण खोबण मुद्दाम कोरलेली आढळून येते. ही खोबण आपल्या शेपटीवर उभ्या राहिलेल्या सर्पाच्या आकृतीसारखी आहे. इन्कापूर्व आणि इन्का जमातीचे रेड इंडियन योद्धे लढाईवर जाण्यापूर्वी आपल्या हाताची मूठ वळून त्या सर्पाच्या डोक्याच्या खोबणीत खुपसून काही काळ आतच राहू देत. या प्रयोगामुळे हातात प्रचंड शक्ती निर्माण होते, असा त्यांचा विश्वास होता. ॲलन लँड्सबर्ग आणि सॅली लँड्सबर्ग यांना या खोबणीची माहिती कळताच त्यांनी आपले होकायंत्र त्या खोबणीत ठेवले आणि काय आश्चर्य! त्या होकायंत्राचा काटा वेडावाकडा होऊन गरागरा फिरू लागला. अर्थातच यातून निष्कर्ष असा निघतो, की तेथे विद्युत-चुंबकीय क्षेत्र कार्यान्वित आहे आणि ते खूपच सामर्थ्यवानदेखील आहे. प्रश्न असा निर्माण होतो, की या बुरुजाच्या भरीव पाषाणात हे विद्युत-चुंबकीय क्षेत्र कसे निर्माण झाले? की चुंबकीय क्षेत्र असलेला पाषाण शोधून काढून नंतर तो घडवून येथे बुरुजात स्थानापन्न करण्यात आला? घडविण्याच्या आणि बांधकामाच्या ठोकाठोकीमुळे त्यातील चुंबकीय क्षेत्र नष्ट कसे झाले नाही? आणि समजा, तो एक नैसर्गिक चमत्कार आहे, असे जरी मानले, तरी नेमकी त्याच ठिकाणी खोबण करून त्यात मूठ खुपसण्याची कल्पना कुणाच्या प्रतिभेतून जन्मली?

त्यातील चुंबकीय चमत्कार बाजूला ठेवला, तरी या राक्षसी आकारमानाच्या प्रचंड बांधकामाची आवश्यकता काय होती, आणि ते निर्माण करण्याची कुवत कुणाजवळ होती, हा प्रश्न राहतोच. मानवाच्या पूर्वजाला हे करणे अशक्यच होते. आणि कदाचित हे देखील कमी वाटावे, असा एक प्रकार अगदी जवळच आढळतो. वीस हजार टनांपेक्षा अधिक वजनाचा एक सलग पाषाण बरोबर चौकोनी कातून, घासूनपुसून लख्ख पॉलिश करून ठेवलेला आहे. या प्रचंड पाषाणाच्या दोन्ही बाजूंना नागमोडी आकाराच्या पीळ पडत जाणाऱ्या (Spiral) खोबणी आहेत. हा काय प्रकार असावा? पुरातत्त्ववेत्त्यांच्या म्हणण्याप्रमाणे सतत वाहणाऱ्या हिमप्रवाहाने पाषाणावर अशा खोबणी पडतात. हिमप्रवाहाच्या सतत घर्षणामुळे पाषाणाला खोबण पडते. हा भाग मान्य केला तरी प्रश्न असा उद्भवतो, की इतक्या थोड्या अंतरात पाच-सहा वेळा वेगवेगळ्या दिशांना वळत जाणारा हा प्रवाह काय

पद्धतीने वाहत असावा? अन् इतक्या वेळा दिशाबदल कशासाठी? समजा, तो हिमप्रवाह वळत-वळत जात होता, हेदेखील मान्य केले, तरी नक्षी काढल्याप्रमाणे पाषाणाच्या दोन्ही बाजूंना समसमान कसा जात होता? इराकमधील रखरखीत वाळवंटात देखील अशाच पिळदार वळखणी पडलेले अनेक पाषाण आढळतात. त्या रखरखीत वाळवंटात हिमप्रवाह कोठून आले? अमेरिकेत नेवाडाच्या वाळवंटात अणुस्फोट-चाचण्या घेतल्यानंतर अशा पिळदार नागमोडी वळखणी पडलेले पाषाण आढळले.

त्यामुळे तर हे रहस्य अधिकच गूढ बनत जाते. जर हा अणुस्फोटाचा परिणाम असेल, तर मग पेरू-बोलिव्हियाच्या पठारावर पाच हजार वर्षांपूर्वी अणुस्फोट-चाचणी घेण्याइतके प्रगत तंत्रज्ञान कुणाकडे होते?

अणुस्फोट घडविण्यात आले असतील, असे मानण्याला फक्त दोन आधार सापडतात. तेथे जवळच वीस हजार टनांपेक्षा अधिक वजनाच्या एका पाषाणात जिन्याप्रमाणे पायऱ्या कोरण्यात आल्या आहेत; परंतु त्या उलट्या, छताकडून खाली उतरत येतात. एखाद्या जिन्याच्या किंवा क्रीडांगणावरील प्रेक्षागाराच्या खाली जाऊन पायऱ्यांखालचा पोकळ भाग बघावा, तसे दृश्य दिसते. काही प्रचंड शक्तीने हा जिना उलटापालटा तर झाला नसेल? दुसरे म्हणजे, हे सर्व पाषाण आणि जवळपासच्या लहान-मोठ्या टेकड्या काचेप्रमाणे गुळगुळीत आणि तजेलदार

बुरुजासाठी उपयोगात आणलेला दंडगोलाकृती दगड सोळा फुटांपेक्षाही उंच आहे. शेजारी एरिक व्हॉन डॅनिकेन.

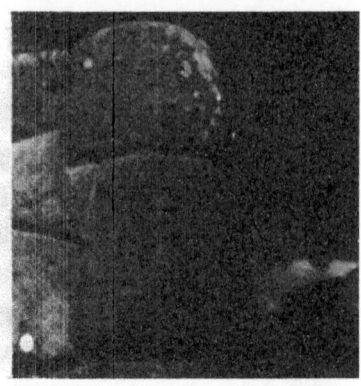

'साक्सा-वामान' येथील दंडगोलाकृती बुरूज, त्यावर उभे असलेले एरिक व्हॉन डॅनिकेनमुळे आकारमानाची तुलना स्पष्ट करतो.

(Vitrified) झाल्या आहेत. कमालीची उष्णता दिल्यास पाषाणांवर अशी लकाकी निर्माण होते. अणुस्फोटात प्रचंड उष्णता निर्माण होते, हे विज्ञानाला आज निश्चितच ठाऊक आहे. मग नक्की काय घडले असेल? त्या अंतराळ-भ्रमण करणाऱ्या अतिमानवांनी तर येथे अणुस्फोट केले नसतील?

अलीकडेच या साक्सा-वामान शहरात उत्खनन करून एक प्रचंड भिंत मोकळी करण्यात आली. भिंत बांधण्यासाठी उपयोगात आणलेले चिरे प्रत्येकी दहा-बारा टनांपेक्षा अधिक वजनाचे आहेत, हे वेगळे सांगण्याची आवश्यकताच नाही. परंतु या भिंतीवर कोरण्यात आलेले शिल्प मात्र अत्यंत गोंधळून टाकणारे आहे. आपल्याकडे देवालयांच्या भिंतीवर वा सौधावर पाणी वाहून जाण्यासाठी गोमुखे बनविलेली असतात, त्याच पद्धतीने या भिंतींवर ठरावीक अंतर सोडून प्रचंड आकाराचे मानवी चेहरे कोरलेले आहेत. सर्व चेहरे वेगवेगळे आहेत. परंतु विचार करायला लावणारी गोष्ट अशी, की प्रत्येक चेहरा एका विशिष्ट मानवी वंशाचा प्रतिनिधी आहे. त्यात एक चेहरा सरळ आणि फुगीर कपाळाचा, सरळ लांब नासिका, पातळ जिवणी आणि निमुळती हनुवटी दर्शवितो. हा निश्चितच कॅकेशियन वंशाचा युरोपियन चेहरा आहे. एक चेहरा तिरप्या उतरत्या कपाळाचा, कुरळे केस, रुंद-बसके नाक, पुढे आलेल्या जाड ओठांचा. हा निश्चितच अफ्रिकन वंशाचा आहे. जाड राठ केस असलेला, सरळ कपाळाचा परंतु लहान डोळ्यांचा, पापण्यांवर तिरकस कातडी (Epicanth) आणि गालांची हाडे खूप वर आलेला चेहरा मंगोलियन वंशाचा आहे, हे सांगण्यास कुणा पंडिताची आवश्यकता नाही. काय असेल हे? मानव संग्रहालय? कुणासाठी अन् कशासाठी? या प्रश्नांचे संभाव्य उत्तर देण्याचे

मात्र एरिक व्हॉन डॅनिकेन यांनी टाळले आहे. त्यांच्या सात-आठ ग्रंथांत कोठेही या प्रश्नाचे उत्तर सापडत नाही. रेड इंडियन आदिवासी जमातीचे पूर्वज जगात सर्व ठिकाणी हिंडून मानववंशशास्त्राचा अभ्यास करणे शक्यच नव्हते. फार काय, त्यांच्याकडे दळणवळणाची कोणतीही साधने उपलब्ध नव्हती. तेव्हा हे शिल्पकाम त्या अंतराळातून पृथ्वीवर आलेल्या अतिमानवी पाहुण्यांचेच आहे, एवढेच एरिक व्हॉन डॅनिकेन प्रतिपादन करतात.

परंतु एरिक व्हॉन डॅनिकेन यांचे एकंदर प्रतिपादन आणि मानवाच्या प्राचीन अवस्थांचा एकत्र विचार केला, तर या प्रश्नांचे उत्तर काय असू शकेल, याबद्दल तर्क करता येतो. आजच्या जीवशास्त्रातील उत्क्रांतिवादानुसार जगात प्रारंभी अत्यंत साधे, प्राथमिक अवस्थेतील प्राणी निर्माण झाले आणि ते हळूहळू प्रगत होत गेले. शेवटी खूपच सुजाण असे सस्तन प्राणी निर्माण झाले. त्यांत 'प्रायमेट्स' (Primates) नावाचा खूपच प्रगत प्राण्यांचा समूह निर्माण झाला. त्याच्या पुढे तीन वेगवेगळ्या शाखा झाल्या. एका शाखेपासून माकडे, दुसऱ्या शाखेपासून गोरिला, चिंपांझी आदी बिनशेपटीची माकडे आणि तिसऱ्या शाखेपासून मानव निर्माण झाला. या तिन्ही शाखा वेगवेगळ्या प्रकाराने प्रगत होत गेल्या. सुरुवातीला तिन्ही शाखांतील प्राणी चतुष्पाद होते, परंतु मानव केव्हातरी एकदम द्विपाद आणि अत्यंत बुद्धिमान बनला, हे कसे?

आता एरिक व्हॉन डॅनिकेन यांच्या प्रतिपादनाप्रमाणेच विचार करून हा तर्क पडताळून पाहा. पृथ्वीवर मानव निर्माण होण्यापूर्वी दुसऱ्या कोणत्यातरी ग्रहावर अतिमानव (Extra terrestrial) निर्माण होऊन, तो खूपच प्रगत झाला होता. हा प्रगत अतिमानव आपल्या अवकाशयानातून भ्रमण करीत असताना केव्हातरी योगायोगाने अथवा हेतुपुरस्सर पृथ्वीवर उतरला. त्या वेळी आपले पूर्वज – म्हणजे प्राचीन काळातील अत्यंत प्राथमिक अवस्थेत असणारा मानव – अत्यंत अप्रगत अवस्थेत होते. या अतिमानवाने आपल्या पूर्वजांपैकी काही बऱ्यापैकी मानव निवडून त्यांच्यावर काही शास्त्रीय प्रयोग केले. त्यांचा संकर (Hybridization) घडवून आणला आणि त्या संकरातूनच आजचा द्विपाद आणि बुद्धिमान मानव निर्माण झाला.

आज जीवशास्त्रातील अत्याधुनिक संशोधनात इच्छेनुरूप गुण असलेली संतती निर्माण करण्याची (Genetic Engineering) शक्यता निर्माण झाली आहे. त्या अतिमानवाला ही गोष्ट कदाचित प्राचीन काळीच साधली असेल आणि मग त्याने मानवाचे वेगवेगळे संकर घडविताना काही ठरावीक वैशिष्ट्ये निर्माण व्हावीत, असा उद्देश ठेवून प्रयोग केले असतील. त्या प्रयोगांतील उद्दिष्टांचे नमुने म्हणजेच, तर हे 'साक्सा-वामान' शहरातील भिंतींवरचे चेहरे नसतील? एकदा प्रयोग सिद्ध

झाल्यानंतर वैशिष्ट्यपूर्ण जमात जोपासण्याचे तंत्र जीवशास्त्रात सर्रास वापरले जाते.

एखाद्या क्रीडांगणावरील भल्यामोठ्या प्रेक्षागाराच्या (Stadium) खाली जाऊन पाहिल्यास जशा उलट्या पायऱ्या दिसतील, तसे हे शिल्पकाम. काय असावे हे?

हे अजब गणिती कोण?

तैग्रीस आणि युफ्रेटिस या मध्य पूर्वेकडील नद्यांच्या दुआबात आणि जवळच्या परिसरात अतिप्राचीन काळापासून अनेक मानवी संस्कृती नांदत होत्या. सुमेरिअन, आखाडियन, असीरिअन, बाबिलोनिअन, सेमिटिक, हिब्रू अशा अनेक वंशांचे लोक तेथे कोणत्या ना कोणत्या कालखंडात वास्तव्य करीत होते. त्या सर्वांचे कालखंड निश्चित केले गेले नाहीत. जे तुरळक पुरावे उपलब्ध आहेत, त्यांबाबत विद्वानांचे एकमत नाही आणि बरेचसे पुरावे वादग्रस्त आहेत.

प्रत्येक वंशाची वेगळी अशी संस्कृती होती आणि त्यामुळेच त्यांच्या अस्तित्वाचा थोडा-फार पुरावा मिळू शकतो. या सर्व जमातींपैकी सुमेरिअन वंशाचे लोक सर्वांत अगोदर प्रगत झाले आणि त्यांनी आपली संस्कृती इतरांवर लादली, हा ज्ञात इतिहास आहे. परंतु या सुमेर लोकांचा नक्की वंश कोणता व ते कोठून आले, याबद्दल काहीही माहिती उपलब्ध नाही. परंतु ते अरब, हिब्रू, आर्मेनियन, आखाडियन, फिनिशियन वगैरे मध्य पूर्वेतील कोणत्याही वंशाशी संबंधित नव्हते. सुमेर लोक डोंगराच्या शिखरांवर आपली मंदिरे बांधीत असत. जेथे डोंगर किंवा टेकडी नसेल, तेथे कृत्रिम उंचवटा निर्माण करून, त्यावर मंदिराची स्थापना करीत असत.

सुमेरिअन लोक खगोलशास्त्रात विलक्षण प्रवीण होते. पाच हजार वर्षांपेक्षाही अधिक प्राचीन काळात त्यांनी चंद्राचा पृथ्वीभोवतीचा भ्रमणकाळ वर्तविला होता. त्यात आणि आज अत्याधुनिक साधनसामग्रीने सज्ज असलेल्या वेधशाळांनी नोंदविलेला भ्रमणकाळ यांत फक्त ०.४ सेकंदांचा फरक आढळतो. त्या काळी सुमेर लोकांजवळ दुर्बिणी, वेधशाळा, संगणक वगैरे काहीच उपलब्ध नव्हते, हे लक्षात घेण्याजोगे आहे. आजच्या काही संशोधकांच्या मते पृथ्वी सतत भ्रमण करीत असल्यामुळे कालमानानुसार तिचा वर्तुळाकार जरा चपटा होऊन विषुववृत्ताजवळील भाग थोडा प्रसरण पावला आहे. हे मत ग्राह्य धरले, तर चंद्रभ्रमणात कालांतराने फरक पडत गेला असावा आणि त्यामुळेच कदाचित हा सूक्ष्म फरक आढळून येत असावा.

इराकमधील मोजूल शहरालगत कुयुंजिक टेकड्या आहेत. त्यांनाच पूर्वी 'निनेव्हे' असे म्हणत असत. त्यांपैकी एका टेकडीवरील गुहेत भिंतीवर गणित मांडण्यात आले आहे. त्या गणिताचे उत्तर म्हणून १९५, ९५५, २००, ०००, ००० ही संख्या मांडलेली आहे. इसवी सनाच्या प्रारंभी म्हणजे सुमारे दोन हजार

वर्षांपूर्वी युरोप खंडातील ग्रीक गणितज्ञ अत्यंत प्रगत समजले जात. ते प्रगत ग्रीक गणितज्ञ १०,००० पेक्षा अधिक मोठ्या संख्येला 'अगणित' (Infinite) म्हणून संबोधीत. आजच्या विज्ञान युगातील आश्चर्य म्हणून गणला जाणारा संगणकदेखील पंधरा आकडी संख्या मांडीत नाही. कार्बन-१४ पद्धतीनुसार या गणितलेखनाचा मागोवा घेण्यात आला, तेव्हा हे गुहेतील भिंतीवरचे गणित चाळीस हजार वर्षांपेक्षा अधिक प्राचीन असल्याचे समजले. म्हणजे मानवाच्या पूर्वजांचे हे काम नाही, हा सहजच कयास करता येतो. मग वेळोवेळी अंतराळातून पृथ्वीवर येऊन उतरणाऱ्या त्या अतिमानवांचे तर हे काम नसेल?

इसवी सनापूर्वी चार हजार वर्षे सुमेरिअन लोकांनी लेखनकला साध्य केली, असे तज्ज्ञांचे मत आहे. इंग्रजी 'व्ही' किंवा 'डब्ल्यू' या त्रिकोणाकृती अक्षरांप्रमाणे बाणांची टोके असावीत, अशा त्रिकोणाकृती खुणा कोरून केलेल्या लेखनाला 'क्यूनीफॉर्म' (Cuneiform) असे म्हणतात. सुमेर लोक मातीच्या विटा तयार करून त्यांवर ही बाणाकृती लिपी कोरीत असत. ही लिपी जाणणारे अनेक तज्ज्ञ आहेत. या ऐतिहासिक महत्त्वाच्या सुमेरिअन विटांचे मोठमोठे संग्रह सापडले आहेत. त्यावरून सहजच असे अनुमान करता येते, की ही त्या काळातील ग्रंथसंग्रहालये असावीत.

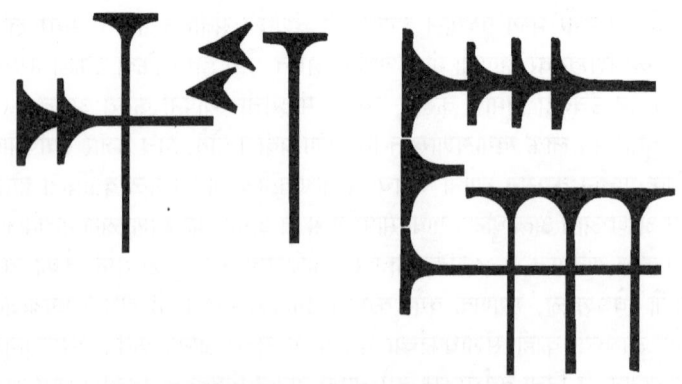

'क्यूनीफॉर्म' अथवा 'बाणाकृती' चित्रलिपी.

मात्र या विटांवर कोरलेल्या मजकुरात सुमेरिअन राजांचे जे कालखंड नमूद करण्यात आले आहेत, ते वाचून धक्काच बसतो. पहिल्या दहा सुमेर राजांनी मिळून एकंदर ४ लक्ष, ५६ हजार वर्षे राज्य केले. त्यानंतर महापूर आला आणि त्या जलप्रलयात बहुतेक चराचर सृष्टी नाहीशी झाली. भारतीय पुराणातील महामानव 'मनु' आणि त्याच्या नौकेचे अपसर्पण, हिब्रू पुराणातील (Old Testament) नोहा

आणि त्याची नौका, या सुमेरिअन विटांवर कोरलेला 'उटनापिष्टिम'(Utnapishtim) या मानवाच्या पूर्वजाची नौका आणि महापूर तसेच आजच्या भूस्तर शास्त्रवेत्त्यांचा 'वुर्म हिमप्रलय' (Wurm Glacier) या सर्व जलप्रलयांचे काल जवळपास एकाच सुमाराचे आहेत. जलप्रलयानंतर तेवीस सुमेरिअन राजांनी मिळून हे महापुराचे नुकसान भरून काढीत, एकूण २४ हजार ५१० वर्षे तीन महिने साडेतीन दिवस राज्य केले, इतकी तपशीलवार माहिती त्यात नोंदलेली आहे.

'क्यूनीफॉर्म' लेखनाचा नमुना.

सुमेरिअन राजांचे हे आयुष्यमान आजच्या मानवी आयुष्यमानाच्या कल्पनेप्रमाणे अशक्य कोटीतीलच वाटते. सामान्य माणूस त्यावर विश्वास ठेवणार नाही; परंतु एरिक व्हॉन डॅनिकेन या सर्व प्रकाराकडे अंतराळ-प्रवासाच्या दृष्टिकोनातून पाहतात. डॉ. अल्बर्ट आइन्स्टाईन यांच्या सापेक्षता सिद्धान्ताप्रमाणे आज माणूस जर अत्यंत वेगाने अंतराळात गेला आणि चाळीस वर्षांनंतर परत पृथ्वीवर उतरला, तर त्या वेळी पृथ्वीवरील कालमान पाचशे वर्षांनी पुढे गेलेले असेल. याच संदर्भात आपल्या भारतीय पुराणातून राजा मुचकुंदाची अशीच एक गोष्ट आहे. देवराज इंद्राच्या निमंत्रणावरून राजा मुचकुंद स्वर्गलोकी गेला आणि फक्त तीनच दिवस तेथे राहून परतला; परंतु तो जेव्हा पृथ्वीवर पोहोचला, तेव्हा त्याला आपल्यानंतरची पन्नासावी पिढी राज्य करताना आढळली, अशी कथा आहे. हजारो वर्षांच्या कालावधीत 'कथाकथन' करताना अनेक गोष्टीवेल्हाळांनी त्यात स्वतःची रंजकता मिसळून अतिशयोक्ती केली असण्याची शक्यता आहे. तरीही मूळ घटना आणि त्यामागचे सूत्र तेच राहते. 'सापेक्ष काळ' वेगवेगळे असू शकतात. मग या सुमेरिअन लिखाणात तसे काही तथ्य नसेलच, असे कसे म्हणावे?

सुमेरिअन राजांनी या अंतराळातून वेळोवेळी पृथ्वीवर उतरणाऱ्या अतिमानवी प्रवाशांसाठी पिरॅमिड आणि सर्व सुखसोयींनी समृद्ध असे महाल बांधले आणि हे पाहुणे सुमारे शंभर ते पाचशे वर्षांच्या कालावधीनंतर तेथे येऊन राहत असत, अशी माहिती या विटांवर कोरलेली आढळते.

आता काही प्रश्न असे उद्भवतात, की इतक्या प्राचीन काळी या सुमेर लोकांनी कोणत्याही दुर्बिणी वा वेधशाळा नसताना चंद्राचा भ्रमणकाळ इतका अचूक

कसा वर्तविला? आणि पंधरा आकडी गणित मांडू शकणारे हे मानवाचे पूर्वज इतर बाबतीत इतके अप्रगत कसे राहिले? इतर कोणत्याच बाबतीत ते प्रगती करू शकले नाहीत? बरे, त्यांनी नोंदविलेले वेगवेगळ्या राजांचे आयुर्मान अशक्य कोटीतील वाटते, पण त्याच लिखाणातील जलप्रलयाचा काल मात्र बरोबर जुळून येतो, हे कसे काय? अर्थात हे राजे लोक जर वेळोवेळी अवकाशात उड्डाण करून अंतराळ-प्रवासाला जात असतील, तर मग या सापेक्षता सिद्धान्तानुसार त्यांचे वयोमान कल्पनातीत वाढू शकेल. पण मग त्या प्राचीन सुमेर लोकांना अंतराळ-प्रवास-विद्या अवगत होती, असे म्हणावे काय?

काही विटांवर सुमेरिअन देवतांची वर्णने आढळतात. त्याचबरोबर काही विटांवर देवतांची चित्रेदेखील कोरलेली आढळतात. आपण नेहमी रेखाटतो, त्याप्रमाणे या देवता मानवाकृती अथवा मानवसदृश नाहीत. चांदण्या किंवा तारकांची चित्रे असावीत, त्याप्रमाणे ही चित्रे कोरलेली आढळतात. प्रत्येक देवता कोणत्या ना कोणत्या ताऱ्याशी निगडित आहे आणि या चित्रांचा विशेष म्हणजे, प्रत्येक ताऱ्याभोवती ग्रहमाला चितारलेली आहे. आपल्या सूर्यमालेत ज्याप्रमाणे शनि, नेपच्यून वगैरे फार मोठे ग्रह आहेत आणि पृथ्वी, मंगळ, बुध वगैरे लहान ग्रह आहेत, त्याचप्रमाणे या ग्रहमालांमध्ये लहानमोठे ग्रह चितारलेले आहेत.

स्थिर ताऱ्याभोवती लहान-मोठ्या ग्रहांची ग्रहमाता सतत भ्रमण करीत असते, ही कल्पना त्या प्राचीन सुमेर लोकांना कशी स्फुरली असेल? की वेळोवेळी पृथ्वीवर उतरणाऱ्या अतिमानवांनी त्यांचे पृथ्वीवर आतिथ्य करणाऱ्या सुमेर लोकांना हे ज्ञान पुरविले असेल? आणि याहीपेक्षा अधिक गोंधळात टाकणारे एक रेखाटन आहे. हे चित्र म्हणजे आज विज्ञानाला माहीत असलेली अणूची आंतरिक रचना आहे. केंद्राभोवती इलेक्ट्रॉन वेगवेगळ्या वर्तुळात फिरत असावेत, असे ते चित्र आहे. काय असू शकेल हे?

याच परिसरात सापडलेल्या आखाडियन विटांवर मानवसदृश आकृती कोरलेल्या आहेत. परंतु या देवतांच्या मस्तकाभोवती, आपण जसे तेजोवलय रेखाटतो, त्याऐवजी तारकाकृती कोरलेली आहे. काही चित्रांमध्ये या मानवाकृती देवता पंख असलेल्या गोलावर बसून भ्रमण करीत असलेल्या दाखविल्या आहेत.

या सुमेरिअन आणि आखाडियन विटांचे आयुर्मान कार्बन-१४ पद्धतीने मोजण्यात आले, तेव्हा या विटा सुमारे दहा हजार वर्षांपासून चाळीस-पंचेचाळीस हजार वर्षांपर्यंत प्राचीन असाव्यात, असे अनुमान निघाले. परंतु याच परिसरात याच अतिप्राचीन काळातील अत्यंत प्राथमिक अवस्थेतील आयुधे वापरणाऱ्या जमातींचे अवशेषदेखील आढळून येतात. गार-कोबे येथे गारगोटीच्या पाषाणाची अत्यंत प्राथमिक अवस्थेतील अश्मयुगीन अवजारे बनविण्याचा कारखानाच आढळून आला.

त्याचे कालमान चाळीस हजार वर्षांपर्यंत मागे जाते. तेपे-असियाब येथे सापडलेल्या याच पद्धतीच्या पाषाण-अवजारांचा काळ तेरा हजार वर्षांचाच आढळून आला. शांदियार येथील गुहेत काही प्रौढ माणसांचे आणि समवेत एका लहान मुलाचा सांगाडा आढळला. या अवशेषांच्या जवळपासही पाषाणाची अवजारे विखुरलेली होती. या सर्वांचा मेळ कसा बसवायचा?

सामान्यत: असा कयास करता येईल, की चाळीस-पंचेचाळीस हजार वर्षांपासून ते दहा हजार वर्षांपर्यंत ही अप्रगत अश्मयुगीन माणसे या परिसरात वावरत असावीत आणि याच परिसरात अत्यंत प्रगत खगोलशास्त्र जाणणारे, चंद्रभ्रमणाचा काळ अत्यंत अचूक वर्तविणारे, गुहेतील भिंतीवर पंधरा आकडी गणित मांडणारे आणि अवकाशातून येणाऱ्या अत्यंत प्रगल्भ अवस्थेपर्यंत पोहोचलेल्या अतिमानवांबरोबर संपर्क ठेवणारे सुमेरिअन याच कालखंडात नांदत होते. म्हणजेच एक अत्यंत प्रगत जमात आणि दुसरी अप्रगत प्राथमिक अवस्थेतील जमात अशा दोन वेगवेगळ्या जमाती या परिसरात एकत्र नांदत होत्या.

अंतराळातून येणाऱ्या अतिमानवांनी आपल्या येण्या-जाण्याचा काळ पृथ्वीवरील अप्रगत मानवाच्या नीट ध्यानात यावा, म्हणून कदाचित या प्राचीन सुमेर लोकांना जरुरीपुरते गणितशास्त्र आणि खगोलशास्त्र शिकविले आणि म्हणूनच हे सुमेरिअन या दोन शाखांत भलतेच प्रवीण झाले. परंतु बाकीच्या सर्व बाबतीत अप्रगतच राहिले.

बगदाद आणि दमास्कस येथील संग्रहालयांत या प्राचीन काळात निर्माण केलेली शिल्पे अत्यंत जपून ठेवली आहेत. यांपैकी काही शिल्पे बर्लिन स्टेट संग्रहालयात ठेवली आहेत. त्यांतील मानवी शिल्पांचे चेहरे अत्यंत वैशिष्ट्यपूर्ण आहेत. अतिभव्य असे फुगीर कपाळ, अत्यंत विशाल आणि बाहेर आलेले डोळे, लांब ठसठशीत नासिका, अतिलहान पातळ जिवणी आणि निमुळती होत गेलेली हनुवटी असा चेहरा असणारे हे लोक कोणत्या वंशाचे होते? की अतिमानवांचा सुमेर लोकांशी संकर घडून ही नवीनच संकरित जात निर्माण झाली?

जुन्या-पुराण्या गुंफांमधील 'अंतराळवीरां'ची चित्रे

मध्य पूर्वेतील तैग्रीस आणि युफ्रेटिस या नद्यांच्या मधील प्रदेश आणि सभोवतालचा परिसर या भागांतील प्राचीन काळाचे चित्र अत्यंत घोटाळ्याचे आहे. या परिसरात नित्य उपलब्ध होत असलेल्या नवनवीन पुराव्यांमुळे त्या गोंधळात अधिकच भर पडत जाते. त्यामुळे या भागातील मानवी वस्तीचा सलग इतिहास नोंदविणे अत्यंत कठीण होऊन बसले आहे.

भूमध्य समुद्राच्या पूर्व किनाऱ्यावर असलेल्या लेबॅनॉन या देशात सर्वत्र टेक्टाइट्स म्हणून ओळखल्या जाणाऱ्या काचेप्रमाणे चकचकीत पदार्थांचे तुकडे इतस्तत: विखुरलेले आढळतात. टेक्टाइट्स हा किरणोत्सर्गी ॲल्युमिनिअमचा समान गुणधर्मी (Radio Isotope) पदार्थ आहे. या पदार्थाचे तुकडे येथे कसे काय आढळतात? मुळातच हा नैसर्गिक पदार्थ नाही. तो कृत्रिम रितीने तयार करावा लागतो. मग या परिसरात तो कुणी आणि कशासाठी निर्माण केला, येथे कोणत्या प्रकारचे रासायनिक प्रयोग अथवा संशोधन केले जात होते?

इराक आणि इजिप्तमध्ये खूप प्राचीन असे 'कट् ग्लास' आणि भिंगाचे तुकडे आढळून येतात. सातव्या शतकातील असिरिअन बनावटीचे एक अतिशय उत्तम दर्जाचे भिंग लंडन येथील ब्रिटिश म्यूझियममध्ये जपून ठेवण्यात आले आहे. चषकाची काच किंवा भिंग बनविण्यासाठी अत्यंत क्लिष्ट रासायनिक प्रक्रियांमधून तयार होणारे सेसियम ऑक्साइड उपयोगात आणावे लागते. ते बनविण्यासाठी लागणारे रसायनशास्त्रातील अत्यंत प्रगल्भ तंत्र आणि ज्ञान हजारो वर्षांपूर्वी कुणी आत्मसात केले होते? आणि नंतर ते एकाएकी कसे लुप्त झाले?

चीनमधील मानववंशशास्त्रज्ञ तेथील आदिमानवाच्या शोधात उत्खनन करीत असताना त्यांना युंगयेन येथील टेकड्यांमध्ये काही प्राचीन काळची थडगी सापडली. या थडग्यांमधील मृतदेहांना ॲल्युमिनिअमचे कंबरपट्टे घालून सजविलेले होते. या थडग्यांचे कालमान दहा हजार वर्षांपूर्वीचे आहे. प्रश्न असा पडतो, की पृथ्वीवर ॲल्युमिनिअम शुद्ध स्वरूपात कधीच आढळत नाही. बॉक्साइट नावाचे खनिज विपुल प्रमाणात सापडते. डॉ. हॉल आणि डॉ. हेरिऑल्ट या दोघांनी सुमारे सव्वाशे वर्षांपूर्वी बॉक्साइटपासून ॲल्युमिनियम मिळविण्याची रीत शोधून काढली. तेव्हापासून, म्हणजे सव्वाशे-दीडशे वर्षांपूर्वीच मानवाला ॲल्युमिनिअम हा धातू वापरणे शक्य

झाले. त्यापूर्वी हा धातू उपलब्ध नव्हता. या संदर्भात जगप्रसिद्ध फ्रेंच सेनानी नेपोलियन बोनापार्ट याची एक विशेष आठवण सांगितली जाते. फ्रेंच लष्कराच्या बड्या खान्याच्या वेळी आणि सरकारी समारंभांत बडे बडे सेनानी, अमीर-उमराव यांना सोन्याच्या थाळीतून खाना देण्यात येई; परंतु खुद्द नेपोलियन मात्र मोठ्या दिमाखाने त्याच्याजवळ असलेल्या ॲल्युमिनिअमच्या थाळीत खाना घेत असे. कारण त्या काळात सबंध जगात तेवढी एकच ॲल्युमिनिअमची थाळी अस्तित्वात होती. ही गेल्या अडीचशे-तीनशे वर्षांपूर्वीची परिस्थिती आहे. मग दहा हजार वर्षांपूर्वीच्या थडग्यांमधून हे ॲल्युमिनिअमचे कंबरपट्टे कसे सापडतात?

बॉक्साइटपासून ॲल्युमिनिअम शुद्ध स्वरूपात वेगळे करण्यासाठी सुमारे दोन

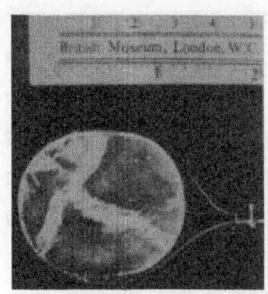

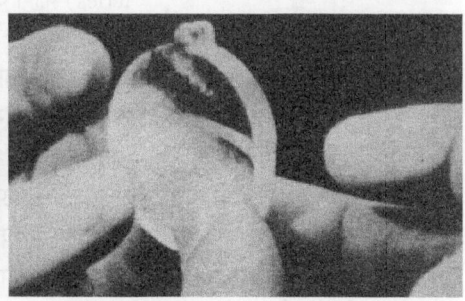

इजिप्तमधील हेलवान येथे सापडलेले प्राचीन काळातील भिंग. सध्या हे भिंग लंडन येथील ब्रिटिश संग्रहालयात ठेवण्यात आले आहे.

चीनमधील 'युगयेन' टेकड्यांचा प्रदेश. येथे दहा हजार वर्षांपूर्वीची थडगी सापडली.

हजार अंश सेल्सिअस इतके तापमान आवश्यक असते. त्यासाठी विशिष्ट भट्ट्यांमधूनच इतके तापमान मिळू शकते. हे सगळे तंत्र आणि त्याबरोबरच रसायनशास्त्राचे इतके प्रगल्भ ज्ञान कोणत्या जमातीने आत्मसात केले होते?

गॅल्व्हानिक तत्त्वांवर (Galvanic Principles) चालणाऱ्या विजेऱ्यांचे सुमारे दहा हजार वर्षांपूर्वीचे अवशेष बगदाद येथील संग्रहालयात जपून ठेवले आहेत. त्यात तांब्याचे इलेक्ट्रॉड्स (Copper Electrodes) आणि काही अनाकलनीय पदार्थांपासून बनविलेले इतर घटक आहेत. हे सर्व अवशेष अगदी सुस्थितीत आहेत. दहा हजार वर्षांपूर्वी या विजेऱ्या (batteries) कोण आणि कशासाठी वापरीत होते?

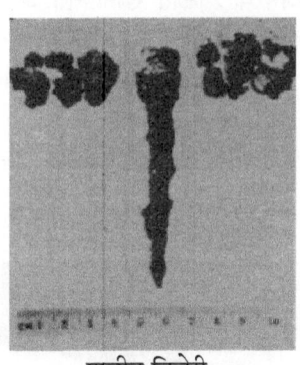

प्राचीन विजेरी.

इजिप्तमध्ये हेलवान येथे एका थडग्यात प्राचीन काळचा एक वस्त्राचा तुकडा सापडला त्याचे कालमान चार-पाच हजार वर्षांपूर्वीचे आहे. वस्त्राचे धागे आणि वीण इतकी तलम आहे, की आजच्या विज्ञानयुगातील अत्यंत प्रगत आणि अत्याधुनिक यंत्रे उपलब्ध असलेल्या कारखान्यालाच असे वस्त्र मोठ्या खटपटीने बनविणे शक्य होईल.

कोहिस्तानमधील एका गुहेत भिंतीवर सूर्यमालेतील चित्र रेखाटले आहे. कार्बन-१४ पद्धतीने या रेखाटनाचा काल दहा हजार वर्षांपूर्वीचा असावा, असे अनुमान निघते. त्या भित्तिचित्रात दाखविलेली वेगवेगळ्या ग्रहांची स्थाने, आपआपसांतील अंतर आणि सूर्यापासूनचे अंतर हे खगोलशास्त्रज्ञांनी तपासून पाहिले, तेव्हा रेखाटनात दाखविलेली ग्रहस्थिती दहा हजार वर्षांपूर्वी हुबेहूब तीच आणि तशीच होती, असे सिद्ध झाले. आता हे इतके अचूक रेखाटन करणारी, इतके प्रगल्भ ज्ञान असणारी ज्योतिर्विद माणसे दहा हजार वर्षांपूर्वी अस्तित्वात होती, हे उघडच आहे. कोण होती ही माणसे? आमचे अप्रगत पूर्वज खासच नाहीत. मग अंतराळातून येणारे अतिमानव?... त्यांचेच हे काम असणार, हा एक तर्क उरतो.

या भित्तिचित्रांबद्दल आणखी एक गोष्ट. या रेखाटनात पृथ्वी आणि शुक्र हे दोन ग्रह एका सरळ रेषेने एकमेकांना जोडले आहेत. हे काय असावे? आमच्या शास्त्रज्ञांना फार पूर्वीपासून शुक्रावर जीवसृष्टी असावी, असा दाट संशय आहे. त्यासाठी अनेक प्रयोगदेखील करण्यात आले होते.

किरणोत्सर्गाने दूषित झालेल्या अणुभट्टीजवळच्या पाण्यात बॅक्टेरियासारखे जीव सुखेनैव जगतात, ही गोष्ट जीवशास्त्राला केव्हाच माहीत झाली आहे. डॉ. सॅनफोर्ड सीगल यांनी मिथेन अमोनिया आणि हैड्रोजन यांच्या मिश्रणाने

शुक्रावरील वातावरणसदृश कृत्रिम वातावरण निर्माण करून, त्यात बॅक्टेरिया आणि माइट्स (गोचिडीसारखीच एक अतिसूक्ष्म संधिपाद प्राण्याची जात) सोडले; परंतु हे विषारी वातावरण त्यांना जराही मारक ठरू शकले नाही. ब्रिस्टल विद्यापीठातील कीटकशास्त्रज्ञ डॉ. हॉवर्ड हिंटन आणि डॉ. ब्लम यांनी चिलटांची एक जात निवडून, काही कीटक सतत शंभर अंश सेल्सिअस तापमानात ठेवले. त्यानंतर बर्फापेक्षाही अतिशीत अशा अवकाशातील तापमान दाखविणाऱ्या द्रवरूप हेलियममध्ये हे प्राणी बराच काळ गोठविले. त्यानंतर त्यांना किरणोत्सर्गी पदार्थांच्या सान्निध्यात बराच काळ ठेवून वाळविले आणि नंतर नेहमीच्या वातावरणात आणले. तेव्हा ती चिलटे परत नेहमीसारखी हालचाल करू लागली. इतकेच नव्हे, तर त्यांनी कालांतराने नेहमीप्रमाणेच अंडी घालून संपूर्णतया निरोगी पिढ्यांची प्रजोत्पत्ती केली. म्हणजेच शुक्र वगैरे ग्रहांवर मिथेन, अमोनिया, हैड्रोजन वगैरे वायू असलेल्या वातावरणात आणि अत्यंत उष्ण व अत्यंत शीत असे टोकाचे विषम तापमान असल्यामुळे तेथे जीवसृष्टी असू शकत नाही, हा कयास बरोबर नाही, असेच सिद्ध होते किंवा तेथून पृथ्वीवर येणाऱ्या जीवसृष्टीला येथे पृथ्वीवर वास्तव्य करणे अशक्य नाही.

याचा अर्थ आज असे अनेक प्रश्न आहेत – ज्यांची उत्तरे आजच्या विज्ञानात सापडू शकत नाहीत. आणि जी थोडीफार उत्तरे मिळू शकतात, ती डोळसपणे तपासून पाहावयास हवीत. परंतु आजचे बहुतेक शास्त्रज्ञ, संशोधक आणि विचारवंत पठडीतील मार्ग सोडून वेगळ्या मार्गाने जाण्यास तयार नाहीत, असे एरिक व्हॉन डॅनिकेनचे म्हणणे आहे.

युरोपात भूमध्य समुद्राभोवती इटली, दक्षिण फ्रान्स, दक्षिण स्पेन, आफ्रिकेत सहारा वाळवंट, ऱ्होडेशिया, उत्तर अमेरिकेत कॅलिफोर्निया, मेक्सिको, दक्षिण अमेरिकेत चिली, पेरू, बोलिव्हिया, इत्यादी देशांतील गुहांमध्ये अत्यंत प्राचीन अशी भित्तिचित्रे आढळून आली आहेत. फ्रेंच संशोधक हेन्री ल्होटे याने सहारा वाळवंटातील टासिली येथील गुहेत भिंतीवर रंगविलेली शेकडो चित्रे शोधून काढली. या चित्रांमध्ये हजारो प्राण्यांची चित्रे रेखाटलेली आढळतात. त्या प्राण्यांबरोबर माणसेदेखील आहेत. चित्रांचा विशेष असा, की प्राण्यांची चित्रे अत्यंत सुंदर आणि हुबेहूब काढली आहेत. त्यांवरून चित्रकलेचा दर्जा समजू शकतो. माणसांची चित्रेदेखील सुरेख, हुबेहूब आणि शैलीपूर्ण आहेत. माणसांनी, आज आपण वापरतो तसा आखूड कोट परिधान केला आहे आणि हातात गुराखी बाळगतात त्याप्रमाणे काठी बाळगलेली आहे, परंतु काठीच्या टोकाला काही तरी विचित्र पेटीच्या आकाराचे अवजार जोडलेले आहे. हे काय असावे? ही नजरचूक असू शकत नाही. कारण इतकी हुबेहूब आणि सुंदर चित्रे काढणारा कलावंत इतक्या क्षुल्लक गोष्टीत

चूक करणार नाही. अशा विचित्र काठ्या बाळगणाऱ्या माणसांच्या मागे, एखाद्या पाणबुड्याचा वेष असावा, तसा विचित्र पोशाख परिधान केलेली सोळा फूट उंचीची प्रचंड मानवाकृती उभी आहे. डोक्यावर शिरस्त्राण आहे आणि त्याला डोळ्यांवर ओढून घेण्यासाठी जाळीदार झापड आहे. संपूर्ण शिरस्त्राण विशिष्ट कड्या लावून अंगावरच्या पोशाखाला अडकविलेले दिसते. हा अवकाश-पोशाख तर नसेल? संशोधक हेन्री ल्होटे यांच्या मते हा देवांचा सेनापती 'मंगळ' आहे. या मंगळाच्या मागे पाणबुड्याप्रमाणेच पोशाख घातलेली, परंतु लहान आकाराची अनेक माणसे चितारलेली आहेत.

कॅलिफोर्नियातील तुलारे येथील गुहेत भिंतीवर असाच अवकाश-पोशाख घातलेली अनेक माणसे चितारलेली आढळतात. वेगवेगळी जनावरे आणि माणसे

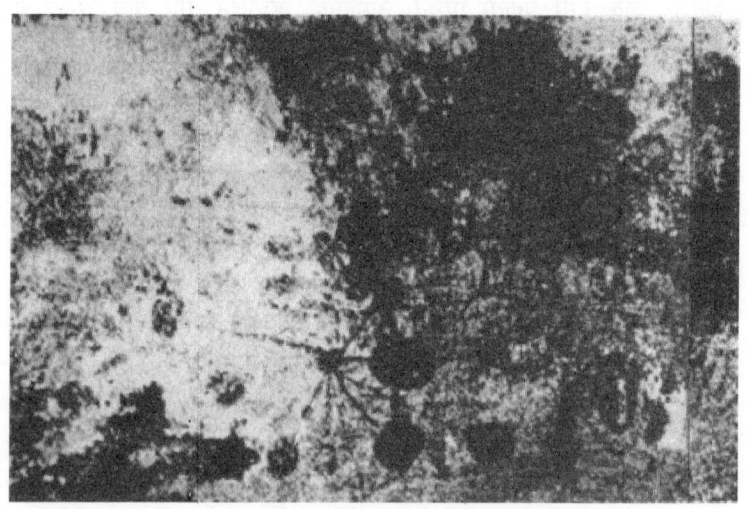

प्राचीन ग्रहमालेचा पुरातन नकाशा.

यांची चित्रे पाहिल्यानंतर हे कलावंत चित्रकलेत चांगलेच प्रवीण होते, असे अनुमान सहज काढता येते. मग पाणबुड्यांप्रमाणे अथवा अवकाशयानात परिधान करावयाच्या पोशाखाप्रमाणे पोशाख घातलेली माणसे त्यांनी समोर पाहिल्यानंतर रेखाटली असणार, असे वाटते. कॅलिफोर्नियातच इन्यो काउंटीमधील एका गुहेत 'स्लाइड रूल' हे उपकरण वापरून काढलेली भौमितिक आकृती आढळते. स्पेनमध्ये सिऊदाद रिअल येथील गुहेत आखूड कोट, बूट, मोजे घातलेल्या माणसांची चित्रे आहेत. ही माणसे गुरांचा कळप हाकत असताना दाखविली आहेत आणि त्यांच्या मागेच अवकाश-पोशाख घातलेली आणि शिरस्त्राणे परिधान केलेली माणसे

चितारली आहेत. इटली आणि दक्षिण फ्रान्समधील गुहांमध्ये अशीच चित्रे आढळतात. काही माणसे अद्ययावत पोशाखात, तर काही अवकाश-पोशाखात वावरताना दाखविली आहेत.

दक्षिण आफ्रिकेतील ब्रॅडनबर्ग येथील गुहेत आढळलेले एक चित्र 'श्वेतवस्त्रा' (The White Lady) म्हणून खूपच प्रसिद्ध आहे. एकविसाव्या शतकातील चित्रकलेचा नमुना म्हटले, तरी सहज खपून जाईल, इतके हे चित्र उत्तम आहे. आखूड बाह्यांचा पुलओव्हर, तंग मांडचोळणा (Breeches), हातमोजे, स्टॉकिंग्ज आणि गार्टर्स परिधान केलेल्या रूपवती स्त्रीच्या मागे एक हडकुळा माणूस झापड लावलेले शिरस्त्राण घालून उभा आहे. शिरस्त्राणाला दोन ॲन्टेनी (Antennae) लावलेले आहेत. काय असेल हे?

इटली, फ्रान्स, स्पेन, आफ्रिकेतील सहारा वाळवंट, दक्षिण आफ्रिका, उत्तर अमेरिकेत कॅलिफोर्निया अशा दूरदूरच्या देशांत राहणारे कलावंत दहा-बारा हजार वर्षांपूर्वी एकमेकांशी संपर्क साधून काय पद्धतीने चित्रे काढावीत, ते एकमताने ठरवीत असत, असे म्हणणे हास्यास्पद आहे. मग या ठिकठिकाणचे आणि एकमेकांची चित्रे पाहण्याची सुतराम शक्यता नसलेले चित्रकार केवळ आपल्या स्वत:च्या कल्पनाशक्तीतून वा प्रतिभेतून एकाच प्रकारची अवकाश-पोशाख घातलेली माणसे आपल्या चित्रात रंगवतील, हे अशक्य आहे. या प्रकारचा पोशाख घातलेली माणसे त्यांनी निश्चितच पाहिली असणार. मग कोण असतील ही माणसे? वेळोवेळी अवकाशातून पृथ्वीवर उतरणारे 'अतिमानव'? आणि दुसरी महत्त्वाची गोष्ट म्हणजे, ते पृथ्वीवरील सर्व खंडांत संचार करून संपर्क ठेवीत होते का?

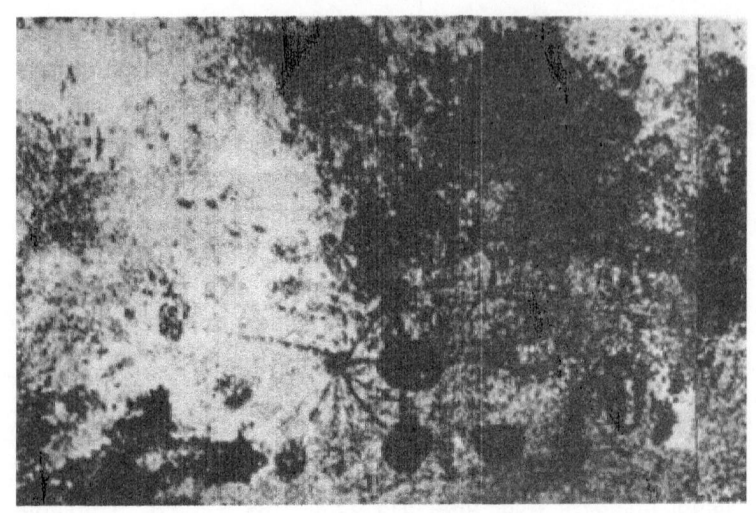

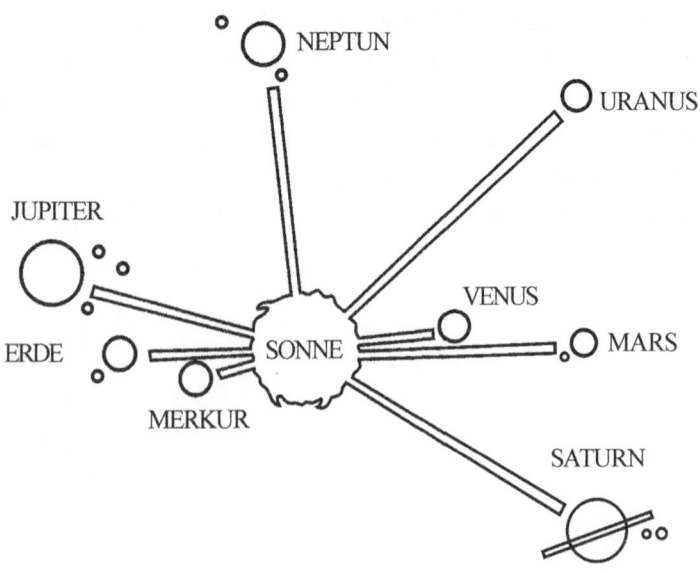

दक्षिण अमेरिकेत ब्राझिलमध्ये एका गुहेतील भिंतीवर प्राचीन काळी कोरलेली ग्रहमाला. वरील बाजूस त्याचा नकाशा.

३८ । पृथ्वीवर माणूस उपराच !

इजिप्तमधील पिरॅमिड आणि इमहॉटेप

मध्यपूर्वेत सुमारे पाच ते दहा हजार वर्षांपूर्वी एकाएकी उदय पावलेली सुमेरिअन जमात अत्यंत प्रगत होती. त्यांच्या समवेत तेथेच वास्तव्य करणाऱ्या आखाडियन, आर्मेनियन, बाबिलोनियन वगैरे जमातींच्या तुलनेत कितीतरी अधिक प्रगल्भ असणारी सुमेरिअन जमात जितकी अकस्मात उदय पावली, तितकीच किंबहुना त्यापेक्षाही अधिक आश्चर्यकारक रितीने समूळ नष्ट झाली. आज त्यांचा काहीही मागमूस सापडत नाही.

सुमेर लोक आपल्या देवतांचा वेगवेगळ्या तारकांशी संबंध जोडत असत. मातीच्या विटांवर कोरून ठेवलेल्या बाणाकृती लिपीत नोंदलेल्या माहितीप्रमाणे त्यांची 'मार्दूक' ही देवता देवाधिदेव अथवा देवतांचा सेनापती आपल्या कल्पनेप्रमाणे देवराज इंद्र अथवा मंगळ असावा. या देवतेची पूजा करण्यासाठी सुवर्णाची प्रतिमा बनविलेली होती, तिचे वजन सुमारे आठशे टॅलन्टस् म्हणजे सुमारे बावीस हजार किलो असावे, असे ग्रीक इतिहासकार हिरोडोटस याने नोंदविले आहे. ही मार्दूक देवता आकाशातून शतघ्नी सोडून शत्रूंवर अग्निवर्षाव करीत असे. या अग्निवर्षावापासून बचाव करण्यासाठी अर्धवर्तुळाकृती 'बंकर्स' तयार केले जात. काही विटांवर या बंकर्सची चित्रे रेखाटली आहेत. त्यांच्या प्रतिकृतीदेखील सापडल्या आहेत. एरवी माणसे किंवा प्राणी यांची सुंदर चित्रे किंवा प्रतिकृती तयार करणारे सुमेर कलावंत एखाद्या एस्किमोच्या घराप्रमाणे दिसणारे ओबडधोबड बंकर्स कसे रेखाटतील आणि त्यांच्या प्रतिकृती तरी कशाला बनवतील? त्यांनी स्वत:च्या आजूबाजूला तसे काही तरी पाहिले असणारच ना?

असे बंकर्स फक्त अणुस्फोटापासून बचाव करण्यासाठी बांधले जातात. मग त्या काळात हे अणुविज्ञान कुणाला अवगत होते? ज्या सुमारास सुमेर जमात नष्ट झाली असावी, त्याच सुमारास मध्यपूर्वेत इजिप्शियन संस्कृतीचा उदय झाला. हे ऐतिहासिक सत्य सर्वमान्य आहे. परंतु इजिप्शियन संस्कृतीचा असा एकाएकी होणारा उदय विचार करायला लावतो.

प्राचीन इजिप्तच्या मंदिरांतून आढळणाऱ्या शिलालेखांत अंतराळयानातून अवकाशात भ्रमण करणाऱ्या देवतांची वर्णने आहेत. मुख्यत्वेकरून सूर्यदेवता 'रा' हिचे वर्णन आढळते. सूर्यदेवता आणि अमरतेचे प्रतीक म्हणून किरणे सोडणारी तबकडी आणि

पंख पसरून उड्डाण करणाऱ्या बहिरी ससाण्याच्या प्रतिमा आढळतात.

नाईल नदीच्या मुखाजवळ नदीच्या प्रवाहात असणारी नाइलोमीटर (Nilometer) आणि एलिफंटाइन (Elephantine) ही दोन बेटे पर्यटकांचे आकर्षण आहेत. जवळच अस्वान तलाव (Aswan Dam) आणि तेथील प्राचीन मंदिरे आहेत. एलिफंटाइन या बेटाचे नाव त्याच्या हत्तीसारख्या आकारावरूनच पडले असणार, हे उघड आहे. परंतु प्रश्न असा उद्भवतो, की प्राचीन काळापासून इजिप्शियन लोक या बेटाला याच नावाने संबोधतात, हे कसे? आकाशात खूप उंचीवर गेल्यावाचून या बेटाचा संपूर्ण आकार दिसू शकत नाही. मग त्या प्राचीन काळात इजिप्शियन लोकांना विमान-विद्या अवगत होती, असे म्हणायचे काय? त्या काळात इजिप्शियन लोकांना 'चाक' या गोष्टीची कल्पनादेखील नव्हती. साधी घोडागाडीदेखील त्यांना ठाऊक नव्हती. अशा लोकांना अंतराळभ्रमण किंवा विमान-विद्या अवगत होती, असे म्हणणे हास्यास्पद आहे. मग त्या बेटाचा आकार कुणी पाहिला होता? उत्तर साहजिकच एकाच दिशेकडे बोट दाखविते. अंतराळातून अवकाशयानातून येणाऱ्या पाहुण्या अतिमानवांनीच ही माहिती इजिप्तच्या लोकांना दिली असणार ना?

'इडफू' या प्राचीन शहरात सापडलेल्या पुरालेखात हे बेट कृत्रिमपणे निर्माण करण्यात आले असून, 'वजीरे-आजम इमहॉटेप' याने ते निर्माण केले, अशी नोंद आढळते. हा इमहॉटेप स्थापत्यविशारद, शास्त्रज्ञ, वैद्य, मंत्री, पुरोहित – सर्व काही होता. त्याचा इजिप्तच्या संस्कृतीवर फार मोठा प्रभाव होता. परंतु तो कोठून आला अन् कोठे गेला, याबाबत काहीही माहिती उपलब्ध नाही. अतिबुद्धिमान इमहॉटेप हा फॅरोव पहिला झोसर याचा पंतप्रधान होता, इतकीच नोंद आढळते. अंतराळातून येणाऱ्या त्या अतिमानवांपैकी एक कुणीतरी इमहॉटेप म्हणून पृथ्वीतलावर काही वर्षे राहत तर नसेल?

इमहॉटेपच्या काळात इजिप्तच्या वैद्यकशास्त्राने फारच प्रगती केली. त्याचे शागिर्द वैद्यकीय विद्यालये चालवीत. त्याने पुरस्कृत केलेली औषधे हीच आजच्या 'ॲलोपथीची' सुरुवात आहे. ग्रीक वैद्य हिप्पोक्रॅटस याने इसवी सनापूर्वी पाचशे वर्षे अगोदर इमहॉटेपचे रोगनिदान, रोग-लक्षणे, उपाययोजना आणि शल्यकर्म यांबद्दल लिहून त्याच्याविषयी कृतज्ञता व्यक्त केली आहे. इमहॉटेपला ग्रीक लोक 'अस्लेपीअन' म्हणून संबोधित. इमहॉटेपच्या कित्येक शागिर्दांना इराणचा बादशहा पहिला सायरस याने सन्मानाने पर्शियात बोलावून रुग्णालये त्यांच्याकडे सोपविली होती. तल-एल अमार्नामध्ये ही माहिती सविस्तर नोंदलेली आहे.

इजिप्तमधील पिरॅमिडस आणि स्त्रीचे डोके असणारी व सिंहाचे शरीर असलेली अतिभव्य पाषाणमूर्ती स्फिन्क्स ही विचारवंतांना नेहमीच बुचकळ्यात पाडतात. अनेक पुरातत्त्ववेत्त्यांनी आजन्म संशोधन करून त्यासंबंधी खूप लिखाण केले आहे.

आजमितीला इजिप्तमध्ये सुमारे पंचाहत्तर पिरॅमिड्स ज्ञात आहेत. आजूबाजूच्या रेताड वाळवंटात आणखी किती गाडले गेले असतील, याचा अंदाज करता येत नाही.

कैरोपासून वीस मैलांवर 'मेंफिस' ही इजिप्तची प्राचीन राजधानी होती. येथील बादशहा स्वत:ला 'फॅरोव' म्हणजे सार्वभौम सम्राट अथवा चक्रवर्ती म्हणवून घेत. मेंफिस येथील पायऱ्यांचा पिरॅमिड हा इजिप्तमधील सर्वांत प्राचीन पिरॅमिड आहे. तो फॅरोव पहिला झोसर याच्या कारकिर्दीत इमहॉटेप या 'महामानवा'ने बांधला, असे अनेक शिलालेख पुरातत्त्ववेत्ते लिओनार्ड कॉट्रेल यांनी शोधून काढले. जीन फिलीप लॉरे याने हा पिरॅमिड पाहताच बाकीचे सर्व संशोधन सोडून बेचाळीस वर्षे मेंफिसमध्येच वास्तव्य केले. आणि प्रत्येक दगड तपासून मोजून योग्य जागी बसविला आणि आता पूर्ण डागडुजी केलेला हा पायऱ्यांचा पिरॅमिड पर्यटकांचे फार मोठे आकर्षण बनला आहे.

आज या पवित्र मंदिराच्या आवाराची कुंपण-भिंत चौतीस फूट उंच, आठ फूट रुंद आणि सुमारे एक मैल लांबीची आहे आणि संपूर्ण दगडाने बांधलेली आहे. आत फरसबंदी केलेले अतिप्रशस्त आवार आहे आणि मध्यभागी काटकोन चौकोनात पायऱ्यांचा पिरॅमिड बांधला आहे. काटकोन सुमारे ४३३ बाय ३४४ फूट आहे. पायऱ्यांवर प्रशस्त असे सहा सौध आहेत, आणि एकूण उंची सुमारे दोनशे दहा फूट आहे. याला 'इमहॉटेप' – 'अनंताचे निवासस्थान' असे नाव दिले आहे. मध्यभागी आत जाण्यासाठी एक द्वार आहे. त्यातून अरुंद उतरत्या मार्गाने खाली गेले असता, एक नव्वद फूट खोल विहिरीसारखा खड्डा लागतो. त्याच्या तळाशी एका दगडी शवपेटिकेत झोसर बादशहाचे शव एक अतिअवजड पाषाणाची शिळा ठेवून बंद केले आहे.

या जागेपासून वाळवंटाच्या सुमारे शंभर फूट खाली जमिनीत अनेक मार्ग जातात. प्रत्येक मार्ग एका सुंदर खोलीत उघडतो.

खोल्या निळसर हिरव्या चकचकीत फरश्यांनी बांधून काढल्या आहेत. हे सर्व काय असावे?

इमहॉटेपच्या काळापूर्वी इजिप्तच्या लोकांना फक्त मातीच्या विटांनी बांधलेली, चटयांनी शृंगारलेली घरे माहीत होती. इमहॉटेपच्या काळात दगडी बांधकाम सुरू झाले आणि तेदेखील केवढे प्रचंड! या पिरॅमिडचा प्रत्येक दगड दहा-बारा टनांपेक्षा अधिक वजनदार आहे. प्रत्येक दगड अत्यंत रेखीवपणे कातून, अतिसुंदर गुळगुळीत केला आहे. त्या काळात लाकडी अवजारे किंवा फार तर तांब्याची हत्यारे उपलब्ध होती. मग एवढ्या प्रचंड शिळा कातून इतक्या दूरवर कशा आणल्या? त्या एकमेकींवर कशा चढविल्या आणि त्यांना पॉलिश तरी कसे केले? कुणी केले

असेल हे सर्व आणि कसे? त्यांच्याकडे यंत्रे तरी कोणत्या प्रकारची होती?

इजिप्तच्या लोकांची गणितात किती प्रगती होती, याची माहिती उपलब्ध नाही, परंतु पिरॅमिड्स मात्र नक्षत्र-तारकांच्या स्थानावरून गणित मांडून बांधले आहेत, हे निश्चित. इमहॉटेपने इसवी सनापूर्वी ४२२१ या वर्षी अचूक पंचांग मांडले आहे आणि एकोणीस जुलै रोजी 'व्याध' या मृग नक्षत्रातील ताऱ्याचा उदय होतो, म्हणून

इजिप्तमधील गिझा येथे जे तीन सुविख्यात पिरॅमिड आहेत, त्यांपैकी फॅरोव दुसरा खाफ्रे याच्या पिरॅमिडजवळील 'स्फिंक्स' – मानवी स्त्रीचे मुख असलेली प्रचंड पाषाणाची सिंहाकृती. खालील चित्रात ते स्त्रीमुख स्वच्छ करीत असलेले कामगार. त्या कामगारांच्या आकृतीच्या तुलनेत या शिल्पाचा प्रचंड आकार लक्षात यावा.

तो दिवस 'तौते-अव्वल' पहिली तिथी समजून, तेथून पुढे बत्तीस हजार वर्षांचे पंचांग मांडले आहे. वर्षाचे दिवस ३६५च धरले आहेत; पंचांगही अचूक आहे. परंतु कोणीही गणित करताना आकाशात ठळकपणे दिसणाऱ्या चंद्रसूर्यावरच गणित मांडेल. कैरोच्या आसपास असलेल्या प्रदेशातून व्याध अगदी क्षितिजावर पुसटसा दिसतो. मग या गणितज्ञाचा व्याधावर गणित मांडण्याचा अट्टहास कशासाठी? इमहॉटेपचा या पहिल्या पिरॅमिडनंतर इतका सुंदर पिरॅमिड बांधणे कुणालाच जमले नाही.

येथून जवळच गिझा या प्राचीन शहरात तीन पिरॅमिड्सचा समूह आढळतो. त्यांतला सर्वांत मोठा 'द ग्रेट पिरॅमिड' म्हणून ओळखला जातो. फॅरोव खुफू (Khufu) याने हा पिरॅमिड बांधला. चार्ल्स पियाझी स्मिथ याने १८६४ मध्ये त्याविषयी 'अतिभव्य पिरॅमिडमधील आमचा सांस्कृतिक वारसा' हा सहाशे पानांचा अतिसुंदर ग्रंथ प्रसिद्ध केला.

हा पिरॅमिड पाषाणाच्या पठारावरील पृष्ठभाग अत्यंत समपातळीत कातून त्यावर उभारला आहे. ही समपातळी त्या काळात कोणत्या यंत्राने मोजली? आणि वाळवंटातील ही जागा फॅरोव खुफूने काय हेतूने निवडली? यासाठी प्रत्येकी बारा ते वीस टन वजनांचे सव्वीस लक्ष पाषाण अतिशय सुरेख कातून, गुळगुळीत करून एकमेकांवर चढविले आहेत. त्यांचे एकूण वजन पासष्ट ते सत्तर लाख टन असेल. यांपैकी दहा दगड जरी एका दिवसात एकमेकांवर रचले, तर तो विक्रम ठरावा. समजा, हा विक्रम रोज केला, तरी अडीच लाख दिवस म्हणजे ६६४ वर्षे हाच विक्रमांचा कार्यक्रम करावा लागेल. मग फॅरोव खुफू काय ६६४ वर्षांपेक्षा अधिक जगला? आणि हा एवढा प्रचंड उद्योग केवळ कबर बनविण्यासाठी? पिरॅमिड बांधण्यासाठी वापरलेले दगड तेथे जवळ उपलब्ध नाहीत. मग ते आणले कसे? लाकडी ओंडक्यावरून घरंगळत आणले, असे म्हटले, तर एवढी लाकडे तरी कोठून आणली? इजिप्तमध्ये तर फक्त खजुराचीच झाडे आहेत. ती तोडली, तर खाणार काय?

ज्या जागेवर पिरॅमिड उभा आहे, त्या जागेचे क्षेत्रफळ काढून त्याच्या उंचीच्या बारा पटीने भाग दिला, तर गणितात अत्यंत महत्त्वाचा स्थिरांक म्हणून गणली गेलेली 'पाय' (π#=३.१४१५९) ही संख्या येते. हा काय केवळ योगायोग आहे, असे म्हणायचे?

पिरॅमिडच्या उंचीला शंभर कोटी या संख्येने गुणले, तर नऊ कोटी ऐंशी लाख मैल, म्हणजेच जवळपास पृथ्वीचे सूर्यापासूनचे ग्रहमालेतील अंतर आहे. हादेखील योगायोग आहे. आणि पिरॅमिडचा कर्ण दोन्ही बाजूंनी वाढवून पृथ्वीभोवती रेखांश तयार केला, तर त्या रेखांश-रेषेने पृथ्वीवरील भूखंड आणि सागर म्हणजे जमीन आणि पाणी या दोन्हींची समसमान विभागणी होते. हादेखील योगायोगच म्हणायचा? आणि जर नसेल, तर ज्या कुणी; मग तो फॅरोव खुफू असो अथवा त्याचा दुसरा कोणी सल्लागार असो, त्याला पृथ्वी गोलाकार आहे याची कल्पना निश्चितच असणार आणि त्याने व्यवस्थित गणित मांडून पिरॅमिड बांधण्याची जागा, लांबी, रुंदी आणि उंची याची मोजमापे निश्चित केली होती.

शेवटी निष्कर्ष असाच काढावा लागतो, की सुमेर संस्कृतीनंतर इजिप्शियन संस्कृतीचा एकाएकी उदय झाला, तो कुणातरी अतिमानवी, म्हणजे अंतराळातून

येणाऱ्या पाहुण्यांच्या प्रगल्भ विज्ञानामुळेच असावा. पिरॅमिडची विवक्षित जागा, पिरॅमिड बांधणी हे मानवाच्या पूर्वजांचे काम नाही. ते कुणीतरी अतिमानवी शक्तीने पार पाडलेले दिसते आणि इजिप्तच्या प्राचीन लोकांना आकाशात ठळकपणे दिसणारे सूर्य-चंद्र सोडून, क्षितिजावर पुसट दर्शन देणाऱ्या मृग नक्षत्रातील व्याधाच्या ताऱ्यात इतके काय स्वारस्य वाटावे, की आकाशातील व्याध ताऱ्याच्या हालचाली मोजून पुढील बत्तीस हजार वर्षांचे गणित मांडावे?

यातच भर म्हणून की काय, ॲडमिरल पिरी रीसने इसवी सन १५११ ते १५१३ मध्ये तयार केलेले हरिणाच्या चामड्यावरील नकाशे, हेही एक अजब प्रकरण बनले आहे. कैरो हा केंद्रबिंदू धरून सुमारे अडीचशे मैल उंचीवरून दिसणारा जगातील विविध खंडांचा, विशेषत: अमेरिकेचा लांबलचक आकार, त्यातली बारीकसारीक बेटे आणि कुणी कधीच न पाहिलेला अंटार्क्टिका खंडाचा आकार अगदी तंतोतंत बरोबर कसा दर्शवू शकतो? ते पाहण्यासाठी कुणीतरी अंतराळात भ्रमण केलेच असणार आणि ते अंतराळ-भ्रमण करणारे इजिप्शियन नव्हते, तर मग कोण होते?

पिरॅमिडच्या गाभ्यामध्ये किरणोत्सर्गी योजना?

इजिप्शियन संस्कृतीचा उदय हे जगातील फार मोठे आणि अद्याप इतिहासाला न उलगडलेले कोडे आहे. कोणत्याही संस्कृतीची निर्मिती होण्यासाठी निदान हजार वर्षांचा काळ लोटावा लागतो, असे तज्ज्ञांचे मत आहे. परंतु इजिप्शियन संस्कृती आणि इजिप्तचे साम्राज्य केवळ शंभर वर्षांच्या कालावधीत भरभराटीला आले. इतक्या थोड्या कालावधीत कोणत्याही देशाने इतकी विलक्षण प्रगती करून आपली वैशिष्ट्यपूर्ण संस्कृती निर्माण केल्याचे दुसरे उदाहरण आढळत नाही. हा वेगळा ठसा उमटविणाऱ्या इजिप्शियन संस्कृतीकडे पाहताना सहजच नजरेत भरतात, ते पिरॅमिड्स आणि मानवी मस्तक! परंतु सिंहाचा देह असणारी पाषाणाची अतिभव्य शिल्पाकृती 'स्फिंक्स!'

गिझा या प्राचीन शहरात तीन पिरॅमिड्सचा एक समूह आहे. त्यांपैकी सर्वांत मोठा पिरॅमिड 'दि ग्रेट पिरॅमिड' याच नावाने ओळखला जातो. जवळपास चारशे नव्वद फूट उंचीचा हा पिरॅमिड फॅरोव खुफू (ग्रीक भाषेतील नाव चिऑप्स – Cheops) याने बांधला. प्रत्येकी बारा ते वीस टन किंवा अधिक वजनाचे सव्वीस लक्ष पाषाण या पिरॅमिडच्या बांधणीत वापरले आहेत. हे दगड गिझा शहरात उपलब्ध नाहीत. कित्येक मैल दूर असलेल्या खाणीतून इतक्या प्रचंड आकाराचे आणि वजनाचे पाषाण बरोबर काटकोनातून कातून, अत्यंत सुरेख, गुळगुळीत पॉलिश करून, नंतरच एकमेकांवर चढविण्यात आले असणार, हे उघडच आहे. यांतले दहा पाषाण जरी एकमेकांवर चढविले, तरी एकशेवीस ते दोनशे टन पाषाणांचे बांधकाम हा एका दिवसातील विक्रमच ठरेल, हे आपण पाहिले. आणि समजा, हा विक्रम रोज करीत राहिले, तरी सव्वीस लाख पाषाण चढविण्यास अडीच लाखांपेक्षा अधिक दिवस लागतील. म्हणजे हे बांधकाम सुमारे सहाशे चौसष्ट वर्षे चालू राहील. मग बादशहा खुफू याचे आयुर्मान किती होते, हा साहजिकच प्रश्न निर्माण होतो.

बाणाकृती त्रिकोणी खुणा कोरून मातीच्या विटांवर लिहिण्याची कला प्राचीन इजिप्शियनांना अवगत होती. 'इमहॉटेप' या महामानवाने पॅपिरस नावाची लव्हाळी ठेचून त्यांच्या लगद्यापासून कागद बनविण्याची पद्धत या प्राचीन लोकांना शिकविली. या कागदाची लांबलचक भेंडोळी बनवीत. तेलाचे दिवे जाळून, त्याची काजळी

निर्माण होते, ती पाण्यात घोटून, त्यात आणखी काही द्रव्ये मिसळून 'सियाही' (काळा रंग अथवा 'शाई') बनविली. त्यातील मजकुरावरून हा पिरॅमिड पूर्वी चुनखडीच्या पांढऱ्या दगडाने पूर्ण आच्छादलेला होता आणि त्यावर सुवर्णाचा कळस चढविलेला होता. जुन्या शिलालेखांमधून आणि विटांवरील मजकुरात देखील हे वर्णन आढळते. परंतु हजारो वर्षांच्या कालावधीत हा चुनखडीचा थर झडून गेला असावा आणि माणसाची सर्वसामान्य प्रवृत्ती पाहता सुवर्णकळसाचे काय झाले असावे हे सांगण्याची आवश्यकता नाही. आज पिरॅमिडचा कळस नाहीसा होऊन, तेथे सहा फूट लांबी-रुंदीची चौरस सौधवजा सपाट जागा निर्माण झाली आहे. सॅली लॅन्डसबर्गने या सौधावरून दिसणाऱ्या इतर पिरॅमिड्सचे फार सुंदर वर्णन केले आहे.

प्राचीन लिखाणात हा पिरॅमिड फक्त वीस वर्षांत बांधून पूर्ण झाला, असे म्हटले आहे. आजच्या स्थापत्यविशारदांच्या कल्पनेप्रमाणे त्यासाठी लाखो कामगार राबत असावेत, परंतु त्या विटांवरील लिखाणात कामगारांच्या रोजच्या आहारासाठी लागणारे कांदे, लसूण, मुळे, इत्यादींची नोंद केली आहे. त्यावरून अंदाज केला, तर येथे चार हजारांपेक्षा अधिक कामगार नसावेत, असेच अनुमान निघते. बांधकामात बसविलेल्या पाषाणांवर कित्येक ठिकाणी कामगारांची नावे कोरलेली आहेत. त्यांवरून हे कामगार सोळा ते वीस जणांच्या गटात काम करीत असावेत आणि कित्येक ठिकाणी या श्रेयनामावलीसमवेत एक अशीही दर्पोक्ती कोरलेली आढळते, 'ही शिळा चढविली, तेव्हा यांपैकी एकही कामगार थकलेला वा तहानलेला नव्हता आणि काम संपल्यानंतर ते सर्व जण खाऊन-पिऊन सुखासमाधानाने घरी परतले.'

हा काय प्रकार असावा? शेकडो वर्षांऐवजी केवळ वीस वर्षांत बांधकाम, लाखो कामगारांऐवजी फक्त चार हजार कामगार आणि गिझा येथील वाळवंटासारख्या रखरखीत जागेत अत्यंत उष्ण तापमानात काम करताना कुणीच थकला नाही वा तहानेने व्याकूळ झाला नाही. हे सत्य लेखन म्हणावे, की अतिश्रमाने असंख्य कामगार गतप्राण झाले असतील, त्यामुळे जनमत कलुषित न व्हावे, म्हणून हा खटाटोप असावा?

आणखी चमत्कारिक म्हणजे इतके प्रचंड बांधकाम करताना असंख्य पाषाण तासून गुळगुळीत करावे लागले. त्यांचे तुकडे, कपच्या वगैरे डबर कुठेच आढळत नाही. मग पाषाण काय विद्युत-करवतीने कापले होते काय? आणि आतील शेकडो फुटांचे भुयारी मार्ग, खोल्या वगैरे बांधताना आत प्रकाशाची आवश्यकता भासली असणारच, परंतु कुठेही तेलाचे दिवे जाळल्याचा अथवा काजळी धरल्याचा मागमूसही नाही.

पहिल्या महायुद्धापूर्वी ऑस्ट्रियन शास्त्रज्ञ डॉ. व्हिक्टर हेस इजिप्तच्या वाळवंटात

बलून उडविण्याचे प्रयोग करीत होता. अमेरिकन राईट बंधूंच्या पहिल्या-वहिल्या हवाई उड्डाणानंतर (१९०२) विमान-निर्मितीचे वेगवेगळे प्रयोग सुरू झाले होते. बलून या ग्रेट पिरॅमिडवरून जाताना डॉ. हेस यांना काही किरणोत्सर्गी लहरींची जाणीव झाली. बलूनच्या केबिनमधील उपकरणांनी रेडिओ-लहरींची नोंद केली होती. पुन्हा-पुन्हा बलून या पिरॅमिडवरून नेले, तेव्हा प्रत्येक वेळी तशीच किरणोत्सर्गाची नोंद होत राहिली. तेव्हा या पिरॅमिडमधूनच या किरणोत्सर्गी लहरी बाहेर पडतात, हा शोध लागला. परंतु हे किरण नेहमीच्या रेडिओ लहरींपेक्षा वेगळे होते. तेव्हा डॉ. रॉबर्ट मिलिकन यांनी त्या अनोळखी किरणांना वैश्विक किरण – 'कॉस्मिक रेज' असे नाव दिले. हे किरण इतके प्रभावी होते, की आठ-आठ फूट जाड शिशाच्या पत्र्यातून ते सहज आरपार जाऊ शकत.

साहजिकच पदार्थविज्ञानाचे नोबेल पारितोषिक मिळविणारे जागतिक कीर्तीचे संशोधक डॉ. लुई अल्वारेज यांचे तिकडे लक्ष वेधले. त्यांनी तेथे जाऊन संशोधन सुरू केले. ग्रेट पिरॅमिडच्या अंतर्भागात खूप खोल – जेथे मध्यवर्ती कक्ष आहे, तेथे विद्युत-उपकरणे ठेवण्यात आली. कॉस्मिक काऊंटर (Cosmic Counter) ठेवण्यात आले. कोणताही लहान-मोठा किरणोत्सर्ग, कोणताही आवाज अथवा प्रकाशकिरण नोंदविण्याची जय्यत तयारी करण्यात आली. तेथून बाहेर संदेश पाठवून संगणकावर सर्वांगीण चित्र संग्रहित करण्याची योजना होती, परंतु अत्यंत आश्चर्याची गोष्ट म्हणजे, सर्व इलेक्ट्रॉनिक उपकरणे बंद पडू लागली. कॉस्मिक काऊंटर काम देईनात. संगणक पूर्णपणे ठप्प झाले. वीजप्रवाहात किंवा तारा जोडण्यात काही चूक झाली असेल, म्हणून वारंवार तपासणी करण्यात आली पण व्यर्थ! सर्व काही व्यवस्थित होते. मग संगणकामध्येच काही दोष असावा, म्हणून कैरो येथून आय.बी.एम. कंपनीचे संचालक आणि संगणकतज्ज्ञ डॉ. गोनीड आणि त्यांचे सहकारी तंत्रज्ञ यांना पाचारण करण्यात आले. त्यांनी सर्व उपकरणे तपासून त्यात काहीही दोष नसल्याची ग्वाही दिली, परंतु सर्व उपकरणे बंद का पडतात, याचे निदान ते करू शकले नाहीत. वारंवार प्रयत्न करूनदेखील संगणक काहीही नोंद करीना!

शेवटी अनेक प्रयत्न करून डॉ. लुई अल्वारेज यांनी पिरॅमिडच्या कोणत्यातरी भागात काही विलक्षण किरणोत्सर्गी योजना कार्यरत असावी आणि तीमुळे ही अद्ययावत इलेक्ट्रॉनिक साधने काम करू शकत नाहीत, एवढाच निष्कर्ष काढून आपला प्रयत्न सोडून दिला.

पिरॅमिड बांधण्याची मूळ कल्पना अतिमानव इमहॉटेप याची! त्याने बांधलेला 'पायऱ्यांचा पिरॅमिड', हा मूळ आराखडा धरून त्याप्रमाणे बाकीचे पिरॅमिड बांधण्यात आले. या पायऱ्यांच्या पिरॅमिडमध्ये 'मध्यवर्ती कक्षा'तून अनेक भुयारी मार्ग वाळवंटाच्या खडकात कोरलेले आहेत. प्रत्येक मार्ग एका विस्तृत दालनात उघडतो. या सर्व

ग्रेट पिरॅमिड.

दालनांत स्वच्छ हवा खेळविण्याची व्यवस्था केलेली आहे. खुफूचा ग्रेट पिरॅमिड त्यापेक्षा कितीतरी मोठा आहे. मध्यवर्ती कक्ष एकशे त्रेपन्न फूट लांबीचा असून त्याच्या छताची उंची अठ्ठावीस फूट आहे. छताकडे निमुळत्या होत जाणाऱ्या गॅलऱ्या आकाशाकडे उघडतात. त्यांतून दिसणारे आकाश एखाद्या टेलिस्कोपमधून ठरावीक ताऱ्यावर लक्ष केंद्रित करावे, त्याप्रमाणे दिसते. ही काय योजना असावी?

या पिरॅमिडमध्ये शवागार कक्षात सलग पाषाणातून कोरलेल्या दोन शवपेटिका आहेत. दोन कशासाठी? आणि दोन्ही रिकाम्या आहेत. शवपेटिकांतील मौल्यवान दागदागिने, रत्नजडित तलवारी वगैरेंची चोरी होऊ शकेल, परंतु प्रेताची चोरी झाली, ही कल्पना हास्यास्पद आहे. मग काय घडले असेल?

फ्रेंच विज्ञान-समीक्षक-लेखक मॉसिए बोव्ही काही सहकाऱ्यांसह या ग्रेट पिरॅमिडमध्ये गेला. त्याने लिहून ठेवले आहे, की येणाऱ्या-जाणाऱ्या पर्यटकांनी पिरॅमिडच्या आत एवढा कचरा टाकला आहे, त्यात पुठ्ठ्याचे डबे, कागदाचे कपटे, खाद्यपदार्थांचे अवशेष – सगळे काही आहे आणि ते इतक्या प्रमाणात आहे, की त्यावर एक बायोगॅस युनिट चालू शकेल. परंतु इतके दिवस इतका कचरा आत साठूनदेखील त्याला जराही दुर्गंधी येत नव्हती. म्हणून बोव्हीने हातातल्या काठीने तो कचरा उचकटला, तर त्यात मांजरीची दोन-तीन पिले मरून पडलेली आढळली. आश्चर्याची गोष्ट म्हणजे, त्या पिलांच्या प्रेतांनादेखील दुर्गंध येत नव्हता. अतिशय कुतूहलाने बोव्ही यांनी ती मांजराच्या पिलांची मृत शरीरे एका कागदात गुंडाळून

प्रयोगशाळेत नेली आणि तेथे शवविच्छेदन केले, तेव्हा त्या मृत शरीरांच्या 'ममी' तयार झाल्या असल्याचे आढळले.

इजिप्शियन लोकांचा पुनर्जन्मावर विश्वास आहे. म्हणून राजे-रजवाडे आपापली मृत शरीरे विशिष्ट मसाला लावून काळजीपूर्वक दफन करण्याची व्यवस्था करीत आणि त्या 'ममीज' वर्षानुवर्षं सुरक्षित राहत असत; परंतु मांजरीच्या पिलांची ममी कशी झाली?

ही हकिकत कळल्यानंतर झेकास्लोव्हाकिअन रेडिओ इंजिनिअर कॅरेल ड्रबाल यांनी ग्रेट पिरॅमिड्सची सर्व मोजमापे घेऊन बरोबर त्याच प्रमाणात प्रमाणबद्ध अशी स्टायरोफोमची प्रतिकृती बनविली आणि दक्षिणोत्तर दिशा व्यवस्थित साधून ती स्थानापन्न केली. प्रतिकृतीच्या आत काही फळे आणि वापरून बोथट झालेले एक दाढी करण्याचे पाते एक तृतियांश उंचीवर खोचून ठेवले. सुमारे वीस दिवसांनी

फॅरोव खुफूचा 'ग्रेट पिरॅमिड'. मध्यवर्ती कक्ष व तेथून आकाशाकडे उघडले जाणारे मार्ग. मध्यवर्ती कक्षाखालीच राजाचा कक्ष व शवागार. आणखी खाली राणीचा कक्ष. त्याला जोडणारे तिरकस मार्ग आणि सेवक-वर्गाला बांधकाम पूर्ण झाल्यानंतर बाहेर जाण्याचा मार्ग, इत्यादी.

पिरॅमिड – प्रतिकृती उघडून पाहिले, तेव्हा सर्व फळफळावळ होती तितक्याच ताज्या अवस्थेत सापडली आणि दाढी करण्याचे पाते लखलखीत धारदार बनले होते. ड्रबालने हा प्रयोग पुन्हा-पुन्हा करून पाहिला. तेव्हा तेच दाढीचे पाते शंभर वेळा दाढी करूनदेखील नव्या कोऱ्या पात्याप्रमाणे लखलखीत आणि अतिशय धारदार राहिले होते. ड्रबाल यांनी लागलीच व्यावसायिक विचार केला आणि पिरॅमिडच्या आकाराचे लहान-लहान स्टायरोफोम पिरॅमिड बनविण्याचे पेटंट रजिस्टर केले. 'चिऑप्स ब्लेड शार्पनर' या नावाने ही छोटी वस्तू युरोपात अत्यंत लोकप्रिय झाली होती. अमेरिकेत त्याला 'तोथ पिरॅमिड' असे नाव होते.

ह्यानंतर अनेक व्यावसायिकांनी कागदी वा इतर पदार्थांचे पिरॅमिड बनवून, त्यांत ताजे दूध, फळे, लोणी वगैरे विकण्यास सुरुवात केली. त्यांनादेखील तोच अनुभव आला. सर्व प्रयोग यशस्वी झाले. याचा अर्थ उघडच आहे – त्या पिरॅमिडच्या आकारमानातच काही भौतिक तत्त्व दडलेले असणार. त्याचीच ही जादू. परंतु ही जादू निर्माण केली, तो इमहॉटेप हा अतिबुद्धिमान प्राणी आमचा पूर्वज खासच नव्हता. तो आला कोठून आणि गेला कुठे, याचा काहीच मागमूस लागत नाही.

आता अनेक शास्त्रज्ञांचे पिरॅमिडकडे लक्ष वेधले. ब्रिटिश पुरातत्त्ववेत्ते वॉल्टर एमरी यांनी स्पेक्टोग्राफ या उपकरणाद्वारा या पिरॅमिडच्या पाषाणांचे आयुर्मान काढण्याचा यत्न केला. ते सुमारे अकरा ते पंधरा हजार वर्षे असे निघाले. याचा अर्थच असा, की हा पिरॅमिड कदाचित जलप्रलयाच्या पूर्वीचा असू शकेल.

इजिप्तमध्ये आणि इथिओपियात सुमारे चौथ्या शतकात ख्रिस्ती धर्माचा प्रसार झाला. इजिप्त आणि इथिओपियातील या ख्रिस्ती मंडळींना 'कॉप्ट' असे म्हणत. या कॉप्ट लोकांपैकी मसूदी या लेखकाने अशी नोंद केली आहे, की 'प्रलयाचा महापूर येण्यापूर्वी फॅरोवने दोन भलेमोठे पिरॅमिड बांधले आणि सर्व शास्त्रज्ञ, कलाकार, हुन्नरी कलावंतांना आज्ञा केली, की आपापले ज्ञानभांडार संपूर्णपणे लिहून-नोंदवून या पिरॅमिड्समध्ये ठेवा. म्हणजे ते सुरक्षित राहील आणि येणाऱ्या पिढ्यांना त्याचा उपयोग होईल....'

आता मुख्य प्रश्न असा उद्‌भवतो, की हा ग्रेट पिरॅमिड नक्की केव्हा बांधला गेला? कारण इजिप्तचा इतिहास चाळला, तर प्रत्येक गोष्टीचे कालमान हजार-पाचशे वर्षांनी सहज मागे-पुढे होते. कारण त्या वेळी कालगणना करणे कुणालाच इतके अगत्याचे वाटत नव्हते आणि त्याहून महत्त्वाचा प्रश्न असा, की जे ज्ञानभांडार पिरॅमिडच्या आत साठवून ठेवले होते, त्याचे काय झाले?

'सावध सूर्यपुत्र'

इजिप्तची प्राचीन राजधानी मेंफिस येथील सर्वांत प्राचीन पायऱ्यांचा पिरॅमिड आणि त्यानंतर गिझा शहराजवळ बांधण्यात आलेले तीन पिरॅमिड्स यांचा उल्लेख यापूर्वी येऊन गेला. मातीच्या विटांवर कोरलेल्या बाणाकृती लिपीतील मजकुराप्रमाणे पहिला पायऱ्यांचा पिरॅमिड हा फॅरोव पहिला झोसर या बादशहासाठी म्हणून त्याचा अतिबुद्धिमान वजीर इमहॉटेप याने बांधला होता. आणि हा अतिमानव इमहॉटेप हाच पिरॅमिडचा जनक असावा.

गिझा येथील तीन पिरॅमिड्सपैकी सर्वांत मोठा 'द ग्रेट पिरॅमिड' हा फॅरोव खुफू (चिऑप्स) याने बांधला. त्यापेक्षा लहान दुसऱ्या क्रमांकाचा पिरॅमिड फॅरोव दुसरा खाफ्रे (ग्रीक भाषेत चेफ्रेन) याने बांधला. या पिरॅमिडजवळच मानवी मुख आणि सिंहाचे शरीर असलेला दोनशे छप्पन्न फूट लांब आणि पासष्ट फूट उंच असा अतिभव्य पाषाणाचा पुतळा आहे. तिसरा सर्वांत लहान पिरॅमिड फॅरोव मेनकौरे (ग्रीक भाषेत मायसेरिनस) याने बांधला, अशी माहिती विटांवर कोरलेली आढळते, परंतु ऑक्सफोर्ड येथील बोडलेइअन ग्रंथसंग्रहालयात एक जुने हस्तलिखित जपून ठेवण्यात आले आहे. लव्हाळ्याच्या कागदावरील हे लिखाण चौथ्या शतकात ख्रिस्ती बनलेल्या इजिप्शियन लेखक अबू-अल-मसूदी याचे आहे. त्या लिखाणानुसार जलप्रलयापूर्वी इजिप्तचा बादशहा सुरीद याने गिझा येथील दोन पिरॅमिड्स बांधले आणि सर्व विद्वज्जनांना, कलावंतांना त्यांचे ज्ञानभांडार कागदांवर नोंदवून त्या 'पिरॅमिड्स'मध्ये ठेवण्यास सांगितले.

पहिला झोसर या फॅरोवने बांधलेला पहिला पिरॅमिड त्याच्या कारकिर्दीत म्हणजे ख्रिस्त शकापूर्वी चार हजार वर्षे इतकाच जुना म्हणजे सुमारे सहा हजार वर्षांपूर्वीचा असू शकेल. कारण फॅरोव पहिला झोसर हा इजिप्तच्या तिसऱ्या राजघराण्याचा बादशहा होता आणि गिझाचे पिरॅमिड्स त्यानंतर दोन-अडीचशे वर्षांनी बांधलेले असणार, परंतु अबू-अल-मसूदीच्या लिखाणाप्रमाणे त्यांचा काळ जलप्रलयापूर्वीचा म्हणजे सुमारे पंधरा हजार वर्षांपूर्वीचा आहे. हे कोडे सोडविण्यासाठी आणखी एक संदर्भ आहे. इसवी सनापूर्वी ४८५ वर्षे या काळातील ग्रीक इतिहासकार हिरोडोटस याने इजिप्तला भेट देऊन बरेच लिखाण करून ठेवले आहे. ते सुस्थितीत आहे. त्याने इजिप्तमधील प्राचीन शहर थेबेस येथील महंतांची गाठ

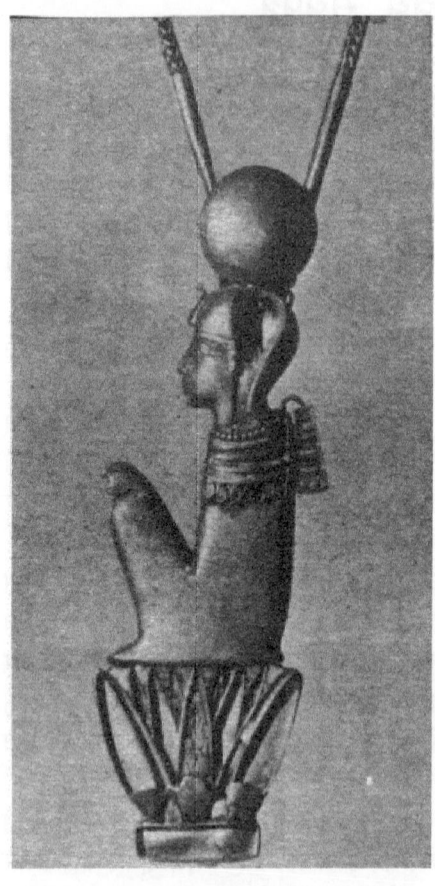

फॅरोव दुसरा रामिसेज याच्या सुवर्ण प्रतिमेच्या मस्तकावरील वर्तुळाकृती चंद्र व दोन अॅन्टेनी.

घेतली होती. इजिप्तच्या इतिहासात या महंतांचा फार मोठा प्रभाव होता. महंतांची गादी वंशपरंपरेने चालत असे. तेथील महंताने आपले घराणे अकरा हजार तीनशे चाळीस वर्षे महंतांची गादी चालवीत असल्याचे सांगितले. इतकेच नव्हे, तर आपल्या तीनशे एक्केचाळीस पूर्वजांचे जपून ठेवलेले पूर्णकृती पुतळेदेखील हिरोडोटस याला दाखविले. म्हणजे ही सुमारे साडेअकरा हजार वर्षे आणि हिरोडोटस या ग्रीक इतिहासकाराचा अडीच हजार वर्षांपूर्वीचा काळ त्यात मिळविला, तर चौदा हजार वर्षांपूर्वीचा प्राचीन काळ येतो आणि हा अबू-अल-मसूदीच्या लिखाणाशी जुळून येतो.

अर्थात, कालनिर्णय ही आपल्या दृष्टीने फार महत्त्वाची बाब नाही. त्यापेक्षा अधिक महत्त्वाचे म्हणजे, त्या काळी विज्ञान कितपत प्रगत होते आणि ते कुणी हस्तगत केले होते, ही बाब अधिक महत्त्वाची.

नोबेल पारितोषिकाचे मानकरी डॉ. रॉबर्ट अल्वारेज यांचे प्रयत्न निष्फळ ठरल्यानंतर १९७४च्या सुमारास कैरो विद्यापीठातील शास्त्रज्ञांनी अमेरिकेच्या मदतीच्या सहाय्याने प्रयोग सुरू केले. डॉ. अल्वारेज यांनी 'द ग्रेट पिरॅमिड' वर प्रयोग केले होते. या इजिप्शियन शास्त्रज्ञांना फॅरोव दुसरा खाफ्रे याच्या पिरॅमिडवर प्रयोग केले. 'कॉस्मिक काऊंटर' बसवून 'वैश्विक अणुरेणू'ची नोंद करण्याचा प्रयत्न केला, परंतु सर्व कॉस्मिक काऊंटर चुकीची नोंद दर्शवू लागले. वास्तविक पाषाणांतून जाण्याच्या

वेगापेक्षा मोकळ्या हवेतून कॉस्मिक अणुरेणू अधिक वेगाने जावयास हवेत, परंतु ते पिरॅमिडच्या मोकळ्या जागेतून अत्यंत संथ गतीने जात. शेवटी अनेक प्रयत्न केल्यानंतर डॉ. अमर गोहेड यांनी पिरॅमिडमध्ये पदार्थविज्ञानातील नियम लागू होत नाहीत, हे विलक्षण सत्य असल्याची ग्वाही दिली.

कॅनडात ऑन्टॅरिओ येथे राहणारे शास्त्रज्ञ मार्शल मॅकलुहान यांनी या सर्व प्रयत्नांना पुष्टी देऊन डॉ. रॉबर्ट अल्वारेज या नोबेल पारितोषिक-विजेत्या शास्त्रज्ञाने काढलेला 'पिरॅमिडमध्ये अद्याप काही अज्ञात इलेक्ट्रोमॅग्नेटिक शक्ती कार्यरत आहेत,' हा निष्कर्ष योग्य असल्याचे सांगितले.

गेल्या चाळीस वर्षांतच उत्खनन झालेल्या फॅरोव तूतान-खामेन याच्या थडग्याबद्दल केवढे तरी प्रसिद्धि-वलय निर्माण झाले होते. तूतानखामेन या नावाची फोड 'तूत-आँख-आमेन' अशी आहे. याचा अर्थ 'अत्यंत सावधपणे लक्ष ठेवणारा सूर्यपुत्र' असा आहे. या पिरॅमिडमध्ये स्वप्नातही कल्पना येणार नाही इतके जडजवाहीर आणि सुवर्ण सापडले, म्हणूनच त्याला प्रचंड प्रसिद्धी मिळाली. वास्तविक हा फॅरोव तूत-आँख-आमेन वयाच्या अठराव्या वर्षीच निधन पावला. त्याला मूलबाळ नव्हते आणि त्याची राजकीय कारकिर्द अगदीच नगण्य होती. परंतु सांगण्यासारखी गोष्ट म्हणजे, तेथे राहणाऱ्या रहिवाश्यांत मात्र जो कुणी हे थडगे उघडेल, त्याचे वाटोळे

'तूत-आँख-आमेन'च्या शवपेटीकेवरील डोळा.

होईल, अशी दंतकथा प्रचलित होती. दहा अमेरिकन पुरातत्त्ववेत्त्यांनी हे उत्खनन केले. ते थडग्याच्या आतील शवागाराच्या कक्षापर्यंत पोहोचले, तेव्हा त्या दरवाजावर देखील त्याच अर्थाचे शब्द कोरलेले होते. त्याची काहीही दखल न घेता शास्त्रज्ञांनी तो कक्ष उघडला. तेथील दगडी शवपेटीवर भलामोठा डोळा कोरलेला होता. शवागार आणि शवपेटिका यांत अगणित संपत्ती मिळाली, परंतु थोड्याच काळात ते सर्व अमेरिकन शास्त्रज्ञ इहलोक सोडून गेले, ही सत्य घटना आहे.

इजिप्शियन संस्कृतीवरील 'संदर्भ ग्रंथ' समजला जाणारा इजिप्शियन मिथ ॲन्ड लीजेन्ड (Egyptian Myth and Legend) या ग्रंथात तूतान-खामेन या नावाचा उगम 'तृतुजान' म्हणजे अत्यंत तीव्र गतीने जाणारा (देवराज इन्द्र) या संस्कृत शब्दापासून झाला असल्याचे म्हटले आहे. इजिप्त हे नामाभिधान देखील 'अंतरीक्ष' या संस्कृत शब्दापासून उद्‌भवले असल्याचे म्हटले आहे. इन्द्र हा अंतरीक्षाचा स्वामी असून सूर्यकिरणांचे वाहन करून अत्यंत तीव्र गतीने प्रवास करीत असे. (पाहा – ऋग्वेद १।३।६; १।४।१)

पिरॅमिडचा राक्षसी आकार, प्रचंड बांधकाम, शास्त्रशुद्ध पाया आणि बांधणी हा सर्व भाग बाजूला ठेवला, तरीसुद्धा एक फार मोठी गोष्ट शिल्लक राहते आणि तिचे स्पष्टीकरण अशक्य होऊन बसते. जर पिरॅमिड ही मानवी पूर्वजांची कामगिरी असेल, तर पहिल्या पिरॅमिडपेक्षा दुसरा अधिक चांगला, अधिक कलापूर्ण आणि सुंदर असावयास पाहिजे. दिवसेंदिवस त्यात सुधारणा दिसून यावयास हवी आणि सर्वांत अर्वाचीन पिरॅमिड हा सर्वाधिक सुंदर आणि सर्वोत्तम असावा, अशी अपेक्षा योग्य ठरेल. परंतु सर्वांत जुना पिरॅमिड हाच सर्वोत्तम आणि सर्वांत अधिक कलात्मक पिरॅमिड आहे. जसजसे अलीकडील काळाकडे यावे, तसतसे पिरॅमिड ओबडधोबड होत गेलेले आढळतात. सर्वांत अलीकडील काळातील पिरॅमिड निकृष्ट दर्जाचे बांधकाम दर्शवितो. जर मानव या काळात अधिक बुद्धिमान, अधिक ज्ञानी, अधिक विज्ञानाचा जाणकार आणि अधिक कलात्मक म्हणजे, थोडक्यात अधिक प्रगत होत गेला, तर पिरॅमिड बांधण्याची त्याची कला नष्ट होत गेली काय? की पूर्वीच्या काळात वारंवार पृथ्वीला भेट देणारे अंतराळप्रवासी अलीकडे येईनासे झाले आणि साहजिकच त्यांच्याकडून मिळणारे तांत्रिक ज्ञान आणि मदत मिळेनाशी झाली, म्हणून पिरॅमिड अधिकाधिक ओबडधोबड होत गेले असावेत?

याच्यासाठी उदाहरणच घ्यावयाचे झाले, तर १९६४ च्या सुमारास अबु सिंबेल या शहराजवळ नाईल नदीवर आस्वान धरण बांधण्यात आले. अबु सिंबेल येथे फॅरोव दुसरा रामिसेज याने सुमारे साडेतीन हजार वर्षांपूर्वी दोन मंदिरे बांधली. त्यांपैकी एकात त्याचे स्वत:चे प्रत्येकी पासष्ट फुटांपेक्षा अधिक उंच असलेले पाषाणाचे चार पुतळे होते. हे धरणाच्या पाण्याखाली जाऊ नयेत, म्हणून युनेस्कोने

सर्व अद्ययावत तंत्रज्ञान आणि यंत्रांसह जगातील नावाजलेले स्थापत्यविशारद पाठविले. परंतु त्यांना ते पुतळे उचलता येईनात. शेवटी तुकडे करून वर नेऊन ते परत जोडण्यात आले. ही विसाव्या शतकातील प्रगल्भ तंत्रज्ञानाची कथा आहे. मग ज्या कुणी ते पुतळे चार हजार वर्षांपूर्वी बसविले, त्याचे तंत्रज्ञान आमच्यापेक्षा खूपच अधिक प्रगल्भ असणार, हे उघडच आहे आणि तरीदेखील ते आमचेच होते, हा हट्ट आपण आज करावा काय?

या फॅरोव दुसरा रामिसेज याच्या अनेक प्रतिमा आज उपलब्ध आहेत. त्यांत सर्वांत उत्तम स्थितीत असलेली एक सुवर्णाची प्रतिमा आहे. फॅरोव दुसरा रामिसेज बसलेल्या स्थितीत आहे आणि त्या काळातील इजिप्शियन रिवाजाप्रमाणे त्याच्या मुकुटावर वर्तुळाकार चंद्राची प्रतिमा आहे. परंतु त्याव्यतिरिक्त त्याला दोन ॲन्टेनीदेखील जोडलेले आहेत. ते काय दर्शवितात? फॅरोव दुसरा रामिसेज याचा अंतराळातील इतर ग्रहांवर असलेल्या अतिमानवी जीवांशी संपर्क दर्शविणारी ही खूण तर नसेल?

इज्पितमधील प्राचीन लोक सूर्यपूजक होते, यात वाद नाही. परंतु इजिप्शियन मिथ ॲन्ड लीजेंड या ग्रंथाच्या आधारे विचार केला, तर मग फॅराव रामिसेजच्या मुकुटावरील वर्तुळाकार हे सूर्याचे प्रतीक मानावयास पाहिजे; आणि ते दोन ॲन्टेनी ही सूर्यकिरणांची प्रतीके असावीत, असा सरळ अर्थ निघू शकतो.

आणखी एक धक्कादायक माहिती या ग्रंथात आढळते. ती अशी, की फॅरोव दुसरा रामिसेज याचे आजोबा – मातोश्रींचे वडील – यांचे नाव 'दशरथ' असे होते. हा काय प्रकार असावा?

पिरॅमिड या वैशिष्ट्यपूर्ण बांधकामाचे दरवाजे नेहमीच पूर्वाभिमुख असतात. उत्तरायणाच्या अखेरीला सूर्य ज्या अंतिम बिंदूपर्यंत जाऊन परत फिरतो, त्या बिंदूला 'Summer Solstice' म्हणतात. सूर्य २१ जून रोजी या बिंदूवर येतो. जर बारकाईने पाहिले, तर प्रत्येक पिरॅमिडचा दरवाजा याच बिंदूकडे केंद्रित केलेला असतो. हा केवळ योगायोगच असेल, असे म्हणावयाचे काय?

दमास्कसच्या उत्तरेला बालबेक शहर आहे. या शहराजवळ प्राचीन काळचे एक प्रचंड बांधकाम आहे. त्याला आज 'बालबेक चौथरा' (बालबेक टॅरेस) म्हणून संबोधतात. हे पर्यटकांचे फार मोठे आकर्षण आहे. अनेक पाषाण जोडून हा फरसबंद ओटावजा काटकोनी चौथरा बांधण्यात आला आहे. या फरसबंदीसाठी उपयोगात आणलेला प्रत्येक पाषाण पासष्ट फुटांपेक्षा अधिक लांब, सोळा फूट रुंद आणि दहा फूट जाड अशा प्रचंड आकाराचा, परंतु अत्यंत व्यवस्थित काटकोनात कातलेला आणि घडविलेला आहे. प्रत्येक पाषाणाचे वजन सुमारे दोन हजार टन किंवा त्याहून अधिक आहे. हे प्रचंड आकाराचे पाषाण कोणत्या खाणीतून आणि कोणत्या यंत्राने कातले? त्यानंतर घडविले कुणी आणि कसे? आणि त्याहीपेक्षा अधिक म्हणजे बालबेक येथे आणून, एकमेकांना

व्यवस्थित जुळवून ही फरसबंदी बांधली कशी?

लेबॅनॉनमधील 'बालबेक' परिसरात अनेक लोककथा ऐकावयाला मिळतात. त्या लोककथांप्रमाणे 'बाल' (Baal) ही देवता बाबिलोनच्या 'बेल' (Bel) या देवतेचे प्रतिरूप आहे. ही 'वायुदेवता' आहे. आपल्याकडील लोककथांप्रमाणे वायुपुत्र 'बलभीम' असीम शक्तिमान देवता मानली जाते. या कथांमध्ये कुठेतरी एकच सूत्र असावे, असे वाटल्याविना राहत नाही. काय असेल हे?

आज कितीही यंत्रे लावली आणि कितीही मजूर एकत्र लावले, तरी यांपैकी एकही पाषाण हलविता येणार नाही. याबद्दल स्थापत्यविशारदांनी ग्वाही दिलेली आहे. मग हे बांधकाम कुणी केले असावे? आणि कशासाठी?

रशियन शास्त्रज्ञ प्राध्यापक आग्रेस्ट यांनी हा प्राचीन काळचा प्रचंड हवाई-अड्डा किंवा त्याचे अवशेष असावेत, असे मत व्यक्त केले. ते खरे असेल काय?

बालबेक येथील चौथरा

चौथऱ्याच्या प्रचंड आकाराची कल्पना येण्यासाठी शेजारी मानवाकृती.

जमिनीखालील विलक्षण नगरे

पश्चिम आफ्रिकेत रिपब्लिक ऑफ माली किंवा मालीचे गणराज्य हा बराच मोठा, परंतु मागासलेला देश आहे. येथील जनता अत्यंत अप्रगत आहे. तेथे 'होम्बोरी' नावाच्या पर्वतरांगांमध्ये विस्तृत पठार आहे. त्याला 'बंदियागारा' असे म्हणतात. या पठारावर राहणाऱ्या आदिवासी जमातीला 'डोगोन' असे म्हणतात. फ्रेंच मानववंश-शास्त्रज्ञ डॉ. मार्सेल ग्रिओल आणि डॉ. जर्मेन डायटरलेन यांनी तेथे संशोधन करून तेथील जमातींवर एक मोठा प्रबंध सादर केला. त्या प्रबंधाचे नाव 'सुदानी सिरिअस सिस्टिम-२.' सिरिअस किंवा कॅनिस मेजर म्हणजे आपल्या मृगनक्षत्रातील अत्यंत तेजस्वी तारा 'व्याध.' आपल्या पृथ्वीपासून व्याधाचे अंतर ८.५ प्रकाशवर्षे – म्हणजे सुमारे ८१ हजार कोटी किलोमीटर होईल.

पठारावर वास्तव्य करणाऱ्या डोगोन जमातीला आणि त्याबरोबरच जवळच सेगू येथे वास्तव्य करणाऱ्या बांबारा आणि बोझो या दोन जमाती आणि कुतियाला येथे राहणारी मिनियांका जमात, अशा चार जमातींना 'व्याध' ताऱ्याची आश्चर्यकारक माहिती आहे. दर पन्नास वर्षांनी या चार जमाती 'सेगूई मेजवानी' या नावाचा उत्सव साजरा करतात. या दिवशी जगाचे नूतनीकरण होते, असे त्यांच्या पारंपरिक कथांमध्ये सांगितले आहे. या उत्सवानिमित्त नवे मुखवटे बनविले जातात आणि उत्सवानंतर पुढील पिढ्यांच्या माहितीसाठी ते राखून ठेवले जातात. उत्सवाचा दिवस 'पो टोलो' किंवा 'स्टार ऑफ सेगुई' वरून निश्चित केला जातो. हा सेगुईचा तारा म्हणजे एक विलक्षण आश्चर्य आहे.

या आदिवासी जमातींना माहीत असलेले सर्वांत सूक्ष्म आकाराचे धान्य म्हणजे 'पो' किंवा फोनिओ. या नावावरून त्यांनी लहान आकाराच्या व्याधाला 'पो' हे नाव दिले. हा लहान व्याध अत्यंत जड असून स्वत:भोवती फिरत असतो, असे त्यांच्या लोककथांमध्ये वर्णन आहे. हा लहान व्याध दर पन्नास वर्षांत मोठ्या व्याधाभोवती एक प्रदक्षिणा करतो. परंतु लहान व्याधाच्या वजनदारपणामुळे मोठ्या व्याधाच्या 'चाली'त फरक पडतो, असेही या लोककथा सांगतात.

रशियातील कोनिग्जबर्ग येथील खगोलशास्त्रज्ञ फ्रेड्रिक विल्हेम बेसेल यांनी व्याध सरळ गतीने जात नसून, दोन्ही बाजूंना झुकत जातो, असे अनुमान इसवी सन १८४२ मध्ये केले. त्यानंतर वीस वर्षांनी दुर्बीण बनविणारे अमेरिकन शास्त्रज्ञ

अल्वन क्लार्क यांनी सत्तेचाळीस सेंटिमीटर – सुमारे दीड फूट व्यासाचे भिंग असलेल्या दुर्बिणीतून व्याधाभोवती अत्यंत लहान पांढरा तारा (White dwarf) फिरत असल्याचे शोधून काढले आणि त्याला 'सिरियस-ब' हे नाव दिले. हा लहान 'खुजा व्याध' केवळ ४१ हजार किलोमीटर व्यासाचा आहे. परंतु त्याचे घनत्व मात्र मोठ्या व्याधाच्या पंचावन्न पटीने अधिक आहे. या अतिजड खुज्या व्याधामुळे मोठ्या व्याधाची गती हेलकावते, हे आता सिद्ध झाले आहे. परंतु हा खुजा व्याध 'ब' नुसत्या डोळ्यांना दिसू शकत नाही.

आता प्रश्न असा, की आज विसाव्या शतकाच्या अखेरीस देखील जेमतेम लंगोटीखेरीज वस्त्र माहीत नसलेल्या या अत्यंत अप्रगत जमातींना मोठ्या व्याधाच्या गतीमध्ये फरक पडतो, हे कसे समजले? त्याचप्रमाणे खुजा व्याध 'ब' हा तारा दिसला कसा? आणि त्याची प्रदक्षिणा दर पन्नास वर्षांनी पूर्ण होते, हे कसे काय समजले? का आपल्याकडे म्हणतात, त्याप्रमाणे त्यांचेही पूर्वज अत्यंत प्रगल्भ खगोलशास्त्रज्ञ होते, परंतु मधल्या पिढ्या मात्र अज्ञानी निपजल्या. काहीही असो, एकूण परिस्थिती लक्षात घेता, हे ज्ञान आमच्या पूर्वजांचे नसल्याचे जाणवते. कुणा अतिमानवी पाहुण्यांनीच त्यांच्या आफ्रिकन पूर्वजांना ही माहिती दिली असणार, हे उघड आहे आणि ते आजपर्यंत परंपरेने चालत आले.

तुर्कस्तानातील मालात्य आणि एस्की कांत्य या दोन शहरांच्या दरम्यान 'नमरुद दाग' या नावाचा पर्वत आहे. त्याचा आकार अगदी पिरॅमिडसारखाच आहे. तुर्की सुलतान पहिला ऑन्टिकोस याने स्वत:साठी या पर्वतावर थडगे बनविले, असे तेथील शिलालेख दर्शवितो. तेथेच पाच भल्या मोठ्या आकाराच्या देवतामूर्ती आहेत आणि आजूबाजूला सुमारे पंधरा फूट उंचीचे सिंह, गरुड, मानवी मुखं असे अनेक उत्तम शिल्पाकृतींचे नमुने विखुरलेले आढळतात. या प्रत्येक शिल्पाचे वजन किमान बारा टन किंवा अधिक आहे. ख्रिस्तशकापूर्वीचे हे शिल्पकाम आता पुष्कळ खराब झाले असले, तरी अद्याप प्रेक्षणीय आहे. हे प्रचंड शिल्प या ठिकाणी कशासाठी बनविले असावे? त्या काळात लोखंडाची अवजारे उपलब्ध नसताना काळ्या फत्तरावर इतके सुरेख कोरीवकाम आणि पॉलिश कसे काय केले असावे?

तेथून जवळच नवसेहिर आणि निगडे या दोन गावांचे दरम्यान चाललेले उत्खनन पर्यटकांसाठी फार मोठे आकर्षण बनले आहे. या उत्खननात जमिनीखाली काळ्या फत्तरात कोरलेली दोन संपूर्ण नगरे शोधून काढण्यात आली आहेत. 'कायमाकली' आणि 'देरींकुयू' ही दोन भूमिगत शहरे सध्या पर्यटकांसाठी खुली करण्यात आली असून, तेथे आणखी किमान बारा भूमिगत नगरे आहेत, असा पुरातत्त्ववेत्त्यांचा दावा आहे.

सुलतान ॲन्टिकोसच्या थडग्याजवळील देवतामूर्ती. पायथ्याजवळ उजव्या बाजूला दोन मानवी चेहरे.

जमिनीवरून दिसणारा 'देरींकुयू' शहराचा पृष्ठभाग. येथे जमिनीखाली साठ हजार लोकवस्तीचे शहर आहे, हे कळणे अशक्यच आहे.

एकेका पाषाणातून कोरलेल्या भव्य आकृती मानवी चेहरा, गरुड इत्यादी.

देरींकुयू येथील जमिंनीखालील नगरातील विस्तृत सभागृह.

सभागृहाचे आणखी एक दृश्य.

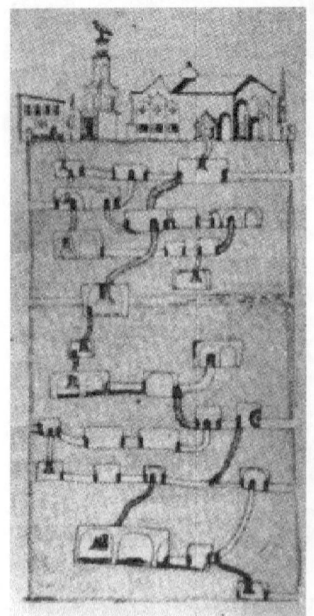

देरींकुयू येथील भूमिगत नगराचा काल्पनिक उभा छेद. त्यात दिसणारे एकाखाली एक तेरा मजले.

देरींकुयू या जमिनीखालील नगराची प्रवेशद्वारे व वाटा अत्यंत वजनदार वर्तुळाकार पाषाण सरकवून बंद करण्याची व्यवस्था आहे.

देरींकुयू या भूमीखालील नगरात सुमारे वीस हजार नागरिक राहत असावेत. या नगराचे एकावर एक असे किंवा एकाखाली एक असे तेरा मजले आहेत. निवासाचे कक्ष, मोठी सभागृहे, दुकाने, शस्त्रागार, कोठारे, थडगी, विहिरी, रस्ते अशी सर्व व्यवस्था आहे. संकटकाळात बाहेर पडण्यासाठी खास मार्गदेखील आहेत. इतके विस्तृत खोदकाम करूनदेखील पृष्ठभागावर कुठेही डबर साठलेले नाही. हे विशेष आहे किंवा खोदकामाचा पत्ता लागू नये, म्हणून ती खबरदारी घेण्यात आली असावी. प्रवेशद्वारावर अत्यंत वजनदार असे वर्तुळाकार पाषाण सरकवून बंद करण्याची व्यवस्था आहे. सर्व खोदकाम ख्रिस्तपूर्व काळातील आहे.

हे सर्व कुणी केले असावे? आणि ज्या कुणी केले, त्यांना कशाची भीती वाटत होती, म्हणून जमिनीखाली राहण्याची व्यवस्था केली? इतकी उत्तम व्यवस्था करणाऱ्या लोकांचे विज्ञान अर्थातच प्रगल्भ असणार आणि त्यांना ज्या कुणाची भीती वाटते, ते जे कुणी असतील, ते किती प्रगल्भ असतील? की अवकाशातून येणाऱ्या अंतराळ-प्रवाशांमध्येच दोन गट पडले आणि त्यांपैकी पृथ्वीवर राहिलेल्या गटाने स्वसंरक्षणार्थ ही व्यवस्था केली असेल?

काश्मीरमध्ये श्रीनगरपासून बत्तीस किलोमीटर अंतरावर मरंद येथे एका प्रचंड मंदिराचे भग्नावशेष पाहण्यास मिळतात. त्याबद्दल बोलायचे झाल्यास इतक्या प्रचंड स्वरूपाचे दुसरे कोणतेही मंदिर आज काश्मीरमध्ये अस्तित्वात नाही. या पडीक भग्नावशेषांसंबंधात प्राध्यापक हसनैन आणि प्राध्यापक कोहल यांनी बरेच संशोधन केले आहे. मंदिर पूर्वी नक्की काय असावे, याबद्दल त्यांना अद्याप निर्णय घेता आला नाही. सध्या कुणी या मंदिराला 'सूर्यमंदिर' म्हणतात, तर काही लोक 'ज्यूइश देऊळ' असेही म्हणतात.

एरिक व्हॉन डॅनिकेन यांनी या मंदिराच्या परिसराचा बारकाईने अभ्यास केला. मंदिराला एकूण चार प्रवेशद्वारे असावीत, परंतु आठव्या-दहाव्या शतकात ते पुन्हा बांधले गेले असावे आणि त्या पुनर्बांधणीत फक्त तीनच दरवाजांचे पुनरुज्जीवन करण्यात आले असावे. मंदिराचे मुख्य प्रवेशद्वार पूर्वाभिमुख असून समोर प्रशस्त प्रांगण आहे.

मुख्य प्रवेशद्वाराकडून मंदिराच्या गाभाऱ्याकडे येणाऱ्या सरळ रेषेत २.८० मीटर म्हणजे सुमारे पंधरा फूट चौरस आकाराची एकाच पाषाणाची सलग शिळा आहे. ती जमिनीत किती खोल गाडली गेली आहे, याचा अंदाज करता येणार नाही; परंतु आहे त्या परिस्थितीत ती जमिनीच्या वर सुमारे दोन, सव्वादोन फूट आहे. इतक्या प्रचंड आकाराची शिळा सुरेख चौरस कातून, इतकी व्यवस्थित पॉलिश केलेली आहे, की आजकालच्या ग्रॅनाईट पॉलिश कारखान्यातूनच ती आणलेली आहे, असे वाटावे. ही शिळा पाहताना दक्षिण अमेरिकेतील राक्षसी बांधकामाची आठवण होते. सर्वांत आश्चर्याची गोष्ट म्हणजे, या शिळेजवळ येताच या तिनही संशोधकांजवळील होकायंत्राचा काटा गरगरा फिरू लागला. किरणोत्सर्ग मोजणाऱ्या मॉनिटरचा काटा पार कडेला जाऊन टेकला आणि कानांना लावलेले हेडफोन खडखडाट करू लागले. अनेक बाजूंनी अनेक वेळा तेथे चालत येऊन पाहिले, तर शिळेजवळ येताच हा खडखडाट आणि यंत्रांचे काटे गरगरा फिरणे हा प्रकार सुरू होतो. म्हणजेच या जागेतून भरपूर किरणोत्सर्ग होत असावा. हा किरणोत्सर्ग मोजण्यासाठी एरिक व्हॉन डॅनिकेन आणि त्यांच्या भारतीय संशोधक सहकाऱ्यांनी म्युनिक येथील जर्मन बनावटीचा टी.एम.बी.२०-मुंचनेर हा इलेक्ट्रॉनिक मॉनिटर वापरला होता.

मरंदपासून जवळच परिहासपूर हे गाव आहे. तेथे देखील संपूर्ण विध्वंस झालेल्या मंदिराचे अवशेष म्हणून पायाचा तीन-चार फूट उंचीचा भागच तेवढा राहिला आहे. परंतु त्यावरून बांधकामाच्या भव्यतेची कल्पना येते. जवळपास कोसळलेल्या मंदिराच्या बांधणीसाठी वापरलेल्या पाषाणांचा प्रचंड खच सापडला आहे. मंदिरातील गाभाऱ्याच्या ठिकाणी मरंद येथील मंदिरात आढळणाऱ्या प्रचंड शिळेप्रमाणेच सुरेख काटकोनात कातलेल्या तीन प्रचंड शिळा आढळतात. या शिळांच्या जवळ येताच होकायंत्राचे काटे गरगरा फिरू लागतात. किरणोत्सर्ग

मोजणाऱ्या मॉनिटरचा काटा अगदी कडेला जाऊन भिडतो आणि कानांना लावलेले हेडफोन खडखडाट करू लागतात. दूर गेल्यानंतर हे सर्व बंद होते. अनेकवार प्रयत्न केल्यानंतर तेथे नक्कीच काहीतरी जबरदस्त किरणोत्सर्ग होत असावा, या तर्काला बळकटी येते.

इझाकेल या मध्यपूर्वेतील प्रेषिताने आपण केलेला अंतराळयानाचा प्रवास लिहून ठेवला आहे. त्या अंतराळयानातून तो कोणत्यातरी अनोळखी प्रदेशातील मंदिराजवळ आला. 'मंदिर पूर्वाभिमुख असून त्याला चार दिशांना चार प्रवेशद्वारे होती. समोर विस्तृत प्रांगण होते. बाजूला उत्तुंग पर्वत होता आणि जवळच उगम पावणारी नदी खाली दरीत उतरून खूपच विशाल बनली होती. इस्राईलमधील ज्यू निर्वासित पायी प्रवास करीत. दोन, अडीच महिन्यांनी एक डोंगराळ प्रदेशात येऊन ते थांबले, तेथेच ते मंदिर होते,' असे वर्णन आढळते.

मरंद येथील अतिभव्य मंदिर पूर्वाभिमुख असून त्याला चार प्रवेशद्वारे आहेत. समोर विस्तृत प्रांगण आहे. बाजूला हिमालय पर्वत आहे आणि जवळच उगम पावणारी छेबर नदी खाली दरीत उतरून खूपच मोठी होत जाते. हे सर्व वर्णन इझाकेलच्या लिखाणाशी जुळते. निर्वासित ज्यू लोकांचा तांडा डोंगराळ प्रदेशात येऊन थांबला. म्हणजेच हिमालयाच्या पर्वतराजीत येऊन विसावला. हे वर्णनदेखील तंतोतंत जुळते आणि सर्वांत आश्चर्याची गोष्ट म्हणजे, ज्या मध्यपूर्वेतून ही मंडळी येथे आली, त्या मध्यपूर्वेत मोठमोठ्या शिळांनी बांधलेले पिरॅमिड्स आणि त्यांतील किरणोत्सर्ग हा भाग आणि या मंदिरातील गाभाऱ्यात आढळणाऱ्या भल्यामोठ्या शिळा आणि तेथे आढळणारा किरणोत्सर्ग, यांत इतके विलक्षण साम्य आढळून येणे, हा योगायोग खचितच मानता येणार नाही. मग काय असेल हे?

काश्मीरमध्ये श्रीनगरजवळच असलेली मरंद आणि परिहासपूर येथील प्राचीन मंदिरे आज अत्यंत भग्नावस्थेत आहेत. त्यांचा कोणताही इतिहास उपलब्ध नाही. परंतु जे काही बांधकाम आज उभे आहे, त्यावरून ही मंदिरे अत्यंत भव्य असावीत, एवढाच तर्क करता येतो. गाभाऱ्यात असलेल्या सोळा फूट लांब, सोळा फूट रुंद आणि तीन-चार फुटांपेक्षा अधिक उंच असलेल्या आणि सुरेख घडविलेल्या शिळा आणि त्या भागात होत असलेला किरणोत्सर्ग साहजिकच इजिप्तमधील पिरॅमिड किंवा दक्षिण अमेरिकेतील साक्सा-वामान येथील बांधकामाची आठवण करून देतो. या तीन अत्यंत दूरदूरच्या ठिकाणी असलेल्या, प्रचंड परंतु उत्तम घडविलेल्या शिळा आणि तेथे होत असलेला किरणोत्सर्ग हा केवळ योगायोगच आहे, यावर विश्वास बसणे कठीण आहे.

मध्य पूर्वेतील प्रेषित इझाकेल यांनी 'एक्झोड्स'मध्ये वर्णन केलेला 'अंतराळयानातील प्रवास' पर्वतराजीतील एका अनोळखी मंदिरात थांबला. मंदिराला

मरंद येथील सूर्य मंदिराचा गाभारा.

काश्मीरमधील परिहासपूर येथील मंदिरांचे भग्नावशेष; परंतु उरलेले पायाचे
बांधकाम मात्र अमेरिकेतील किंवा मध्यपूर्वेतील पायऱ्यांच्या पिरॅमिडची आठवण
करून देते.

चार महाद्वारे होती. समोर विस्तृत प्रांगण होते. पार्श्वभूमीला कधीही न पाहिलेला उत्तुंग पर्वत आणि जवळच उगम पावणारी नदी खाली दरीत उतरून भलीमोठी झालेली दिसत होती. इस्त्राईलमधून बाहेर पडलेले निर्वासित पूर्वेकडे प्रवास करीत दोन-अडीच महिन्यांनी डोंगराळ प्रदेशात येऊन थांबले होते. तेथेच हे मंदिर होते. मरंद येथील चार महाद्वारे असलेले प्रांगणयुक्त भव्य मंदिर, उत्तुंग हिमालय आणि खाली दरीत उतरून मोठी होणारी 'छेबर' नदी हे सर्व जुळून येते.

अत्यंत देखणे असलेले गौरवर्णी काश्मिरी इतर भारतीयांपेक्षा खूपच वेगळे दिसतात. मानववंश-शास्त्रज्ञांना अद्याप त्यांचा वंश निश्चित ठरविता आला नाही. हे काश्मिरी त्या इस्त्रायली निर्वासितांचे वंशज तर नसतील? भारतीयांमध्ये अनेक वंशांची सरमिसळ झालेली आढळून येते. त्यामुळे केवळ शारीरिक लक्षणांवरून त्यांचा वंश ठरविणे अत्यंत दूरापास्त आहे. त्यातलेच हे एक उदाहरण कशावरून नसेल? याबद्दल अधिक काही भाष्य करण्यापेक्षा तो प्रश्न तज्ज्ञ जाणकारांकडेच सोपविणे संयुक्तिक ठरावे.

– आणि ओघानेच आले, म्हणून उल्लेख करता येईल, असे एक प्राचीन शिवमंदिर मध्य भारतातील पर्वतराजीत वसलेले आहे. त्याला 'मांधाता ओंकारेश्वर' असे संबोधतात. अवकाशात खूप उंचीवर जाऊन त्या पर्वतराजीकडे दृष्टिक्षेप टाकला, तर डोंगरांच्या रांगा ॐ या आद्य मूळाक्षराप्रमाणे दिसतात. कुणीतरी अवकाशातून निरीक्षण केले असल्याशिवाय ॐ या आद्याक्षराचा आकार केवळ जमिनीवर राहून कधीच लक्षात येणार नाही. मग हे ज्ञान कुणाचे असावे?

परिहासपूर येथील मंदिरांच्या भग्नावशेषांत आढळणाऱ्या तीन प्रचंड शिळा काटकोनात अत्यंत सुरेख कातल्या आहेत. त्या पाहून दक्षिण अमेरिकेतील प्रचंड बांधकामांची आठवण व्हावी; आणि शिवाय येथेही किरणोत्सर्ग आहेच. हे कसे?

विस्मयकारक शुक्रसिद्धांत

अलीकडील संशोधनात जगातील वेगवेगळ्या भागांत पिरॅमिड आढळून आले आहेत. पूर्वेकडे कंबोडियात पिरॅमिड आढळतात. मध्य पूर्वेतील सुमेरिअन लोकांची मंदिरे त्यांना 'झिगुरेट्स' म्हणतात – पायऱ्यांच्या पिरॅमिडप्रमाणे बांधलेली आढळतात. फक्त कळसाच्या ठिकाणी धार्मिक विधी करण्यासाठी खोलीवजा कक्ष बांधलेला आढळतो. मध्य अमेरिकेतील ग्वाटेमालामध्ये आढळून आलेले टिकाल-४ हे मंदिर आज पर्यटकांचे फार मोठे आकर्षण बनले आहे. पायऱ्यांच्या पिरॅमिडप्रमाणेच असलेले हे अतिभव्य मंदिर २१२ फूट उंच आहे. कळसाच्या ठिकाणी धार्मिक विधी करण्यासाठी कक्ष आहे. तेथून अत्यंत गुप्तपणे तिरकस उतरणारा पंच्याहत्तर फूट खाली उतरणारा जिना आहे. तो एका थडग्याजवळ उतरतो.

उत्तर अमेरिकेत मेक्सिकोतील मेक्सिको सिटी या शहरापासून दक्षिणेला सुमारे पन्नास मैलांवर 'टॉलटेक' या प्राचीन संस्कृतीतील पिरॅमिड १९२५ मध्ये आढळून आला. या पिरॅमिडचे वैशिष्ट्य असे, की कांदा सोलताना त्याच्या पाती जशा एकमेकींभोवती लपेटलेल्या आढळून येतात, त्याप्रमाणे त्या पिरॅमिडमध्ये एकात एक असे आठ पिरॅमिड आहेत. पिरॅमिडच्या खाली कातळात एक किलोमीटरपेक्षा अधिक लांबीचे भुयारी मार्ग कोरलेले आहेत. हे मार्ग इजिप्तमधील पिरॅमिडच्या

मेक्सिकोतील पॅलेन्क (Palenque) येथील थडगी मध्यपूर्वेतील फॅराव पहिला झोसर याने बनविलेल्या पायऱ्यांच्या पिरॅमिडप्रमाणे दिसतात. आतमध्ये गुप्ततेने दडविलेला जिना थडग्यातील शवागारात घेऊन जातो.

आराखड्याप्रमाणेच वेगवेगळ्या कक्षांमध्ये उघडतात. आता हजारो मैल दूर आणि समुद्राने अलग केलेल्या वेगळ्या ठिकाणी तशीच बांधणी, तसेच खडकांत कोरलेले भुयारी मार्ग आणि तीच गूढरम्यता, हे कसे?

या मेक्सिको सिटी पिरॅमिडबाबत आणखी एक बुचकळ्यात टाकणारी गोष्ट आहे. प्राचीन काळी या भागात ज्वालामुखीचा उद्रेक होऊन तप्त लाव्हारस सर्वत्र पसरला. तो पिरॅमिडच्या एका बाजूवर देखील पसरला. कालांतराने लाव्हारस थंड होऊन त्याचा अतिकठीण पाषाण बनला. या लाव्हारसाचे आयुर्मान किमान आठ हजार वर्षांचे आहे, असे तज्ज्ञांचे मत पडले. म्हणजे साहजिकच हा पिरॅमिड त्या पूर्वीचा आहे, हे सिद्ध होते.

इजिप्तमधील 'ग्रेट पिरॅमिड'बद्दल ग्रीक आद्य इतिहासकार हिरोडोटस (खिस्तपूर्व ५०० वर्षे) आणि चौथ्या शतकातील 'अबू-अल-मसूदी' या इजिप्शियन लेखकाने हा पिरॅमिड, बादशहा सुरीद याने जलप्रलयापूर्वी बांधला, असे लिहून ठेवले आहे. जलप्रलयापूर्वी, म्हणजे पंधरा हजार वर्षांपूर्वीचा काळ; परंतु आजचे तज्ज्ञ मात्र पिरॅमिड केवळ पाच-सहा हजार वर्षांपूर्वीचा आहे, असे प्रतिपादन करतात. या

माया लोकांची 'वर्तुळाकार वेधशाळा.'

मेक्सिकन पिरॅमिडचे आयुर्मान ज्वालामुखी उद्रेकापूर्वीचे म्हणजे जवळपास बारा-पंधरा हजार वर्षे धरण्यास हरकत नाही. आणि त्याचे ग्रेट पिरॅमिडबरोबरचे साम्य पाहता दोन्हींचे कालमान बारा-पंधरा हजार वर्षे असावे, असे अनुमान केले, तर वावगे ठरेल काय? मग नक्की खरे काय मानायचे?

आणखी एक गोंधळात भर घालणारी गोष्ट. या मेक्सिकन पिरॅमिडमधील थडग्यात हिरव्या जेड मण्यांची पाचपदरी माळ सापडली. 'जेड' हे अमूल्य रत्न नसले, तरी त्या खालोखालचे दुर्मीळ किमती खडे समजले जातात आणि हे फक्त चीनमध्येच सापडतात. चीनमधून कोणत्याही बाजूने प्रवास केला, तरी अमेरिकेत जाण्यास भलामोठा महासागर पार करावा लागतो. तेव्हा ही जेड मण्यांची माळ मेक्सिको देशात इतक्या प्राचीन काळी कशी पोहोचली असावी? या लोकांची दळणवळणाची अथवा प्रवासाची साधने तरी कोणत्या प्रकारची असावीत?

दक्षिण अमेरिकेत ब्राझिलच्या पूर्व किनाऱ्यावर रिओ-डी-जानेरो हे शहर वसले आहे. शहराच्या दक्षिणेस पेद्रा-द-गाव्हिया नावाचा डोंगर आहे. या डोंगरमाथ्यावर 'स्फिंन्क्स' ची शिल्पाकृती कोरलेली आढळून येते. इजिप्तमधील 'गिझा' शहरालगत जे तीन पिरॅमिड्स आहेत; त्यांतील दुसऱ्या क्रमांकाच्या पिरॅमिडला मानवी स्त्रीचा चेहरा आणि सिंहाचे शरीर असलेली एक प्रचंड शिल्पाकृती आहे. तिला 'स्फिंक्स' म्हणतात. त्या 'स्फिंक्स'इतकीच प्रचंड किंबहुना थोडी मोठीच आकृती येथे आढळते. शिल्पाकृतीच्या मर्यादारेषा मात्र अस्पष्ट झाल्या आहेत, परंतु त्याबद्दलही एक घोटाळ्यात पाडणारी गोष्ट आहे. या मर्यादारेषा स्पष्ट करण्यासाठी काहीतरी गूढ चित्रलिपीतील (heiroglyphs) मजकूर कोरलेला आढळतो. अमेरिकन तज्ज्ञ प्राध्यापक सायरस गॉर्डन यांनी ही फिनिशियन चित्रलिपी असल्याचे मत व्यक्त केले. फिनिशियन जमात आणि फिनिशियन संस्कृती मध्यपूर्वेत सुमेरिअन संस्कृतीच्या काळातच कुठेतरी आगे-मागे नांदत होती. हा इतिहास आहे. ते फिनिशिअन लोक येथे कसे पोहोचले असावेत?

मध्य अमेरिकेत सुमारे आठ हजार वर्षांपूर्वी टॉलटेक, अजटेक आणि मायन या तीन वेगवेगळ्या संस्कृती नांदत होत्या. त्यांपैकी 'माया' लोकांची संस्कृती विशेष प्रगल्भ होती. होन्डुरास या चिमुकल्या देशात या माया संस्कृतीचे अवशेष आढळून येतात. काहीही पडझड न होता, कोणतेही गृहोपयोगी सामानसुमान न हलविता ओसाड सोडून दिलेली शहरे म्हणजे मोठे आश्चर्य आहे. कोणत्या कारणासाठी हे लोक नगरे सोडून गेले असावेत?

नगरांची रचना रेखीव आहे. रस्ते समांतर, सांडपाणी वाहून नेण्याची व्यवस्था वगैरे, सर्व काही आहे. मुद्दाम उंचावर बांधलेल्या वर्तुळाकृती वेधशाळा पाहताना आश्चर्यच वाटते. वेगवेगळ्या तारका-नक्षत्रांचे निरीक्षण करण्यासाठी झरोके ठेवले

आहेत. परंतु आश्चर्य असे, की हे झरोके मोठमोठ्या ठळकपणे उठून दिसणाऱ्या तारकांवर नसून, दुय्यम-तिय्यम प्रतीच्या ताऱ्यांवर केंद्रित केले आहेत. येथेही 'कृत्तिका' या नक्षत्राचा विशेष अभ्यास केला जात असावा. विंचवाप्रमाणे दिसणारे मंद तृतीय श्रेणीच्या तारकांचा समूह असलेले हे नक्षत्र लक्ष वेधून घेणारे खासच नाही. मग याच नक्षत्राचा अभ्यास कशासाठी? पुन्हा आपल्याकडील पुराणातील श्री गजाननाच्या ज्येष्ठ बंधूंची श्री कार्तिकेय तथा षडाननाची कथा सहजच आठवते. त्रिपुरासुरापासून बचाव करण्यासाठी लहानग्या कार्तिकेयाला कृत्तिकांनी दूर नेऊन ठेवले होते, वगैरे. त्याचप्रमाणे या संस्कृतीतील लोकांचीदेखील इतक्या दूरच्या अस्पष्ट तारकांमध्ये इतकी आत्मीयता कशासाठी? की तेथून कुणी अतिमानव पृथ्वीवरील मानवांशी संपर्क ठेवून होते?

माया लोकांच्या नगरीतील 'पिरॅमिड.'

'माया' लोकांचा गणित आणि खगोलशास्त्राचा अभ्यास पाहता, हा संशय नक्कीच बळावतो. त्यांनी एकंदर सहा कोटी चाळीस लाख वर्षांचे गणित मांडून ठेवले आहे. त्यांना पृथ्वी वर्तुळाकार आहे, पृथ्वीवरील सौरवर्ष ३६५ दिवसांचे आहे आणि शुक्रावरील सौरवर्ष ५८४ दिवसांचे आहे, याची माहिती होती. काहीही साधने नसताना त्यांनी सौरवर्ष ३६५.२४०० दिवसांचे असते, ही नोंद केलेली आहे. आज अत्याधुनिक उपकरणांच्या साहाय्याने आम्ही सौरवर्ष ३६५.२४२२ दिवसांचे आहे, या निर्णयाला आलो आहोत. यावरून 'माया' लोकांच्या गणिताची अचूकता लक्षात यावी. माया लोक स्वत: मात्र 'झोलकिन' या नावाचे कालमापन वर्ष मानीत असत. प्रत्येकी वीस दिवसांचे तेरा महिने म्हणजे एक झोलकिन वर्ष

हा त्यांचा हिशेब होता. आता प्रश्न असा, की हा 'वीस' हा आकडा एकाएकी कसा उपजला? अत्यंत अप्रगत अवस्थेत असलेली एस्किमो जमात वीसपर्यंत मोजते, त्यापुढे 'अगणित' असे समजते. अत्यंत रूढिप्रिय इंग्रज लोक फार पूर्वीपासून 'स्कोअर' म्हणजे 'वीस' हा शब्द वापरतात. फार काय, त्यांच्या चलनात पौंड किंवा स्टर्लिंग हे सुवर्णाचे नाणे परिमाण म्हणून वापरले जाते. या पौंडाची, वीस शिलिंग अशी फोड होते. हा 'वीस' संख्यावाचक आकडा एकाएकी इतका महत्त्वाचा कसा बनला? त्याचप्रमाणे कोणत्याही संख्येने भाग न जाणारा 'तेरा' हा आकडा कशासाठी उपयोगात आणला असावा? असो. या दोन्ही आकड्यांबद्दलचे कुतूहल जरा बाजूला ठेवून, माया लोकांनी प्रस्थापित केलेला 'शुक्रसिद्धांत' (Venusian Formula) पाहिला, तर ती एखाद्या संगणकासारख्या इलेक्ट्रॉनिक मेंदूची किमया असावी, असा विचार मनात डोकावल्याखेरीज राहत नाही

मेक्सिकोतील 'सन पिरॅमिड.'

सौरवर्षाचे पृथ्वीवरील ३६५ दिवस आणि शुक्रावरील ५८४ दिवस या दोन्ही संख्यांमध्ये एक विचित्र साम्य आहे. कोणत्याही संख्येने भाग न जाणाऱ्या '७३' या संख्येने या दोन्ही संख्यांना भाग जातो. गणित पाहा –

३६५ = ७३ x ५

५८४ = ७३ x ८

या दोन्ही संख्यांचे अवयवांपैकी समान अवयव '७३' बाजूला काढल्यास ५ आणि ८ या उरलेल्या अवयवांची बेरीज '१३' होते. यावरूनच माया लोकांनी तेरा महिन्यांचे 'झोलकिन' वर्ष मोजण्यास सुरुवात केली असेल काय? की तो केवळ योगायोग म्हणावयाचा? असो! अजून जरा पुढे जाऊन हा 'शुक्रसिद्धांत' पाहू या.

झोलकिन	२० x १३ = २६० x २ x ७३ = ३७,९६०.
पृथ्वी-सौरवर्ष	८ x १३ = १०४ x ५ x ७३ = ३७,९६०.
शुक्र-सौरवर्ष	५ x १३ = ६५x ८ x ७३ = ३७,९६०.

या शुक्रसिद्धांतानुसार ही तिन्ही आवर्तिका ३७,९६० दिवसांनी परत एकाच समबिंदूवर येतात. त्यांची शंभर आवर्तने झाल्यावर, म्हणजे सुमारे दहा हजार चारशे वर्षे झाल्यानंतर कृत्तिका, शुक्र, इत्यादी ग्रह-नक्षत्रांवरील अंतराळयानातून प्रवास करणारे अतिमानव पृथ्वीवर येतात आणि योग्य प्रगती केलेले प्राणी शिल्लक ठेवून अप्रगत प्राण्यांना जलप्रलय अथवा तशाच काही मार्गांनी नष्ट करून टाकतात, अशी त्यांची समजूत आहे.

दुर्दैवाची गोष्ट अशी, की माया संस्कृतीतील लोक काही अज्ञात कारणांमुळे एकाएकी नाहीसे झाले. त्यांचा काही मागमूस शिल्लक नाही. स्पॅनिश आक्रमणानंतर अमेरिकेत झालेल्या बिशप 'दिएगो-द-लांदा' (Diego-de-landa) या मिशनऱ्याने माया लोकांचे उत्तमोत्तम ग्रंथ गोळा करून जाळून टाकले. त्यांतले केवळ दोन ग्रंथ आणि सुटी दोनशे चौसष्ट पाने केवळ नशिबानेच वाचली.

आता जरा मागे वळून पाहताना विचार केला, तर साम्य दाखविणाऱ्या काही विलक्षण गोष्टी नजरेत भरतात. एक म्हणजे अतिप्रचंड आकाराची बांधकामे, जी आज विसाव्या शतकाच्या अखेरीलादेखील मानवाच्या शक्तीपलीकडची आहेत आणि तेथे सतत होणारा किरणोत्सर्ग. दुसरे म्हणजे, जगात वेगवेगळ्या ठिकाणी प्राचीन अप्रगत जमातींमध्ये आढळणारे अत्यंत आश्चर्यकारक खगोलज्ञान आणि तिसरे म्हणजे, आकाशातील ठळकपणे सहज नजरेत भरणारे नक्षत्र-तारे सोडून, फिकट मंद प्रकाश टाकणाऱ्या काही विवक्षित तारकांमध्येच अनेक जमातींना असलेले स्वारस्य आणि आत्मीयता – काय असेल हे?

– आणि बहुतेक सर्वच जमातींना अंतराळातून येणाऱ्या अवकाश-प्रवाशांबद्दल असलेली माहिती काय दर्शविते?

...मग माणूस पृथ्वीवरचाच कसा?

दक्षिण अमेरिकेच्या पश्चिमेला चिली नावाचा देश आहे. या देशाच्या किनाऱ्यापासून सुमारे अडीच हजार मैल दूर पॅसिफिक महासागरात पॉलिनेशिअन बेटांचा समूह आहे. त्या बेटांपैकी सर्वांत अधिक पूर्वेला म्हणजे चिली देशाच्या किनाऱ्याच्या पश्चिम दिशेला 'ईस्टर आयलंड' नावाचे अत्यंत चिमुकले बेट आहे. याचे संपूर्ण क्षेत्रफळ सुमारे पंचेचाळीस चौरस मैल आहे. कोणत्याही दोन टोकांमधील अंतर आठ मैलांपेक्षा अधिक नाही. ज्वालामुखीच्या उद्रेकामुळे या बेटाची निर्मिती झाली, असे शास्त्रज्ञांचे मत आहे. बेटाच्या साधारणत: मध्यभागी निद्रिस्त ज्वालामुखीची दोन विवरे आढळून येतात आणि या सर्वोच्च बिंदूची समुद्रसपाटीपासूनची उंची सुमारे १ हजार ८४५ फूट आहे. रॉगेनवीन या डच खलाशाने १७७२ मध्ये ईस्टर सणाच्या दिवशी या बेटाचा शोध लावल्यामुळे याला 'ईस्टर आयलंड' हेच नाव पडले.

ज्वालामुखीच्या दोन्ही शिखरांवर विवरे आहेत. ही सुप्त ज्वालामुखीची मुखेच आहेत. त्यांतून तप्त लाव्हारस बाहेर पडून सर्वत्र पसरला आणि कालांतराने थंड होऊन त्याचा पोलादाप्रमाणे अत्यंत कठीण असा काळा खडक बनला. हीच त्या बेटाची निर्मिती मानली जाते. ज्वालामुखीच्या उद्रेकातून उसळलेल्या लाव्हारसात काही उगवणे शक्यच नाही. संपूर्ण बेटावर एकही झाड नाही. काही उगवू शकत नाही.

परंतु या बेटावर कुणीतरी प्रचंड उद्योग केलेला आढळतो. या ज्वालामुखी विवरामध्ये उतरून, तिथला अत्यंत कठीण असा पाषाण सहज लोण्याप्रमाणे कातून, कुणीतरी मानवी चेहऱ्याची शेकडो शिल्पे बनविली आहेत. ही शिल्पे साधारण तेहतीस फूट ते सहासष्ट फूट उंच आणि पंधरा-सोळा फूट रुंद आहेत आणि विवरातून शिल्पे बाहेर काढून बेटावर सर्वत्र उभी करून ठेवली आहेत. ज्याप्रमाणे एखाद्या बागेत ठिकठिकाणी वृक्ष लावले जातात, त्याप्रमाणे योग्य अंतर सोडून हे पुतळे उभे केले आहेत. एखाद्या सैन्यातील शिपाई उभे असल्याप्रमाणे हे दृश्य दिसते.

काही पुतळे पूर्ण, तर काही अर्धवट कातलेले आहेत; काही नुकतीच सुरुवात केलेले आढळतात. असे सुमारे दोनशे किंवा त्यांहून अधिक पुतळे विवराच्या आत

विवराच्या भिंतीवरच कोरलेले आणि विवराच्या भिंतीपासून तोडून अलग केलेले नाहीत, अशा संलग्न परिस्थितीतच आढळून येतात. काही उभे कातले आहेत; तर काही जमिनीवर आडवे पाडल्याप्रमाणे कातले आहेत. यांतील प्रत्येक शिल्प दोनशे टनांपेक्षा अधिक वजनाचे आहे. ते या विवरातून व्यवस्थित कातून बाहेर आणलेच कसे, अन् जागजागी नेऊन ठेवले कसे? त्यापेक्षा अवघड प्रश्न म्हणजे, पोलादापेक्षा कठीण अशा या फत्तरात हे शिल्पकाम कोणत्या हत्यारांनी पार पाडले असावे? शिल्पांचा काळ हजारो वर्षांपूर्वीचा आहे. त्या काळात मानवाच्या पूर्वजाला लोखंड किंवा पोलादाचा शोध लागलेला नव्हता. मग हे शिल्पकाम कोणत्या प्रकारच्या हत्यारांनी केले असेल? आणि त्याहीपेक्षा एवढा प्रचंड उद्योग करताना कामगारांच्या हातून केव्हातरी चुकून वेडावाकडा फटका बसून कुठेतरी डोळ्याची पापणी किंवा ओठ अशा बारीकसारीक अवयवांत कोठेतरी न्यून उत्पन्न होते. परंतु या शेकडो कलाकृतींमध्ये कुठेही चूक आढळत नाही. हा काय प्रकार असावा?

ईस्टर बेटावर आढळणाऱ्या सोळा फूट उंचीच्या चेहऱ्यांपैकी एक. खोल डोळे, गालाची उंच हाडे आणि घट्ट मिटलेली पातळ जिवणी. कोणत्या वंशाचे असावेत हे लोक?

समजा, केवळ वादविवादासाठी म्हणून हे काम माणसाच्या पूर्वजांनीच केले आहे हे मान्य केले, तर यांतील प्रत्येक पुतळा घडविण्यास किमान पन्नास-साठ

माणसे कित्येक वर्षे काम करीत असावीत. आणि कित्येक शेकड्यांच्या संख्येत असणाऱ्या शिल्पांसाठी किती माणसे या बेटावर राहत असावीत? या बेटावरील अन्नपाण्याचा साठा आजदेखील हजार माणसांचे पोषण करू शकत नाही आणि अन्नपाण्याची आयात करता येईल, असा सर्वांत जवळचा किनारा येथून अडीच हजार मैल दूर आहे. मग इतकी माणसे वर्षानुवर्षं या बेटावर राहत असावीत आणि त्यांना हजारो मैलांवरून अन्नपाणी पुरविले जात होते, असे गृहीत धरणे केवळ हास्यास्पद आहे.

इतका प्रचंड उद्योग करताना दगडाचे असंख्य कपचे उडाले असणारच. त्याचे केवढे प्रचंड डबर जमा झाले असणार. हजारो अवजारे बोथट झाली असतील. त्यांचा कुठे मागमूसदेखील आढळत नाही. कातलेला एक तुकडाही कुठे सापडत नाही. हा काय प्रकार आहे? इतकी खबरदारी घेणारी जमात कोणती असेल? आणि सर्वांत अधिक रहस्यमय वाटणारी गोष्ट म्हणजे, हे सर्व चेहरे तिरप्या, उतरत्या कपाळाचे, गालाची हाडे उंच असलेले, डोळे खोल असलेले आणि ओठ अत्यंत घट्ट मिटून बंद केलेल्या अवस्थेत आहेत. हा कुणाचा चेहरा आहे? जवळच्या बेटात पॉलिनेशियन जमातीचे आदिवासी राहतात. त्यांच्या चेहऱ्यात यांपैकी एकही

ज्वालामुखीच्या विवरात पाषाणापासून कातून अलग केलेला चेहरा. शेजारी बसलेले सव्वासहा फूट उंचीचे धष्टपुष्ट शरीराचे एरिक व्हॉन डॅनिकेन. यांच्या छायाचित्रावरून पाषाणाच्या चेहऱ्याच्या प्रचंडतेची कल्पना यावी आणि इतके वजनदार चेहरे विवरातच कातून बाहेर आणले कसे?

वैशिष्ट्य आढळत नाही. फार काय, पृथ्वीवरील कोणत्याही मानववंशाशी हा चेहरा जुळत नाही. मग हा चेहरा कोणत्या नमुन्यावरून बनविला असावा... अन् कुणी? आणि कशासाठी?

हे सगळे शिल्पकाम करणारे एकदम कुठे नाहीसे झाले? या बेटांच्या समूहात राहणाऱ्या पॉलिनेशिअन लोकांच्या पूर्वजांचे हे काम नक्कीच नाही. कारण पॉलिनेशिअन जमात आजदेखील अत्यंत अप्रगत अवस्थेत आहे. ज्वालामुखीच्या उद्रेकामुळे हे कारागीर नष्ट झाले असणे शक्य नाही. कारण उद्रेकानंतर कित्येक वर्षांनी लाव्हारस थंड होऊन त्याचे पाषाण बनल्यानंतर आणि ज्वालामुखी पूर्णपणे सुप्त झाल्यानंतरच विवरात उतरून शिल्पकाम करणे शक्य होते. सर्व शक्याशक्यता पाहता हे मानवांचे काम नाही. अंतराळातून येणाऱ्या आणि वेळोवेळी पृथ्वीवर वस्ती करणाऱ्या अतिमानवांचेच हे काम असावे, हा तर्क अधिक सुसंगत वाटतो. असे आणखी अगणित पुरावे देता येतील, की ज्यांयोगे अंतराळातून पृथ्वीवर येणाऱ्या आणि

ब्राझिलमधील 'रि-ओडी-जानेरो' जवळ 'पेट्रा द गाव्हिया' या डोंगराच्या शिखरावर इजिप्तमधील 'स्फिंक्स' या शिल्पाची प्रतिकृती आढळते. हा योगायोग, की कुणी प्रयत्नपूर्वक बनविलेले शिल्प?

माणसापेक्षा कितीतरी अधिक प्रगल्भ आणि सामर्थ्यवान असणाऱ्या अतिमानवांनी पृथ्वीवर वेळोवेळी येऊन वास्तव्य केले असल्याचा तर्क अधिकाधिक बळकट होत जातो.

दक्षिण अमेरिकेतील ब्राझिलच्या पूर्व किनाऱ्यावर रिओ-डी-जानेरो (Rio de janeiro) हे सुप्रसिद्ध बंदर आहे. शहराच्या दक्षिणेला पेद्रा-द-गाव्हिया (Pedra de Gavea) नावाचा डोंगर आहे. डोंगरमाथ्याकडे नीट पाहिल्यास इजिप्तमधील गिझा शहरातील पिरॅमिडजवळ आढळणारे मानवी स्त्रीचे मुख आणि सिंहाचे शरीर असणारे प्रचंड शिल्प 'स्फिंक्स' येथेही आढळून येते. हा काय प्रकार असावा? पुरातत्त्ववेत्ते ऊन, पाणी, वारा वगैरेच्या परिणामांमुळे योगायोगाने ही आकृती निर्माण झाली, असे म्हणतात. डोंगरावर जाऊन जवळून निरीक्षण केल्यास स्फिंक्सच्या बाह्यरेषा काहीतरी विचित्र सांकेतिक चित्रलिपीत कोरल्या आहेत, असे दिसून येते. अमेरिकन प्रा.सायरस गॉर्डन (Cyrus Gorden) यांच्या मते ही फिनिशिअन चित्रलिपी आहे.

मध्यपूर्वेतील फिनिशियन चित्रलिपी आणि स्फिंक्स इतके दूर हजारो मैलांवर दक्षिण अमेरिकेत कसे येऊ शकतात? त्याचप्रमाणे येथे मध्यपूर्वेसारखेच पिरॅमिडदेखील आढळून येतात, हे कसे?

– आणि या दोन्ही शिल्पाकृतींचा अतिप्रचंड आकार पाहता हे काम त्या अंतराळातून प्रवास करीत पृथ्वीवर येणाऱ्या मानवांचेच असावे, असे निश्चितच वाटू लागते. मध्यपूर्वेतील मानवाचे पूर्वज दक्षिण अमेरिकेत पोहोचणे अशक्यच होते.

हे अतिमानव कोणत्या तरी ग्रहावरून अंतराळ-प्रवास करीत येत असावेत. कारण आमच्या अत्यंत प्राथमिक अवस्थेत असणाऱ्या पूर्वजांना खगोलशास्त्र आणि गणित या दोनच विज्ञानशाखांत आश्चर्यकारक प्रगती करता आली आणि इतर बाबतींत ते मागासलेलेच राहिले, याचे स्पष्टीकरण देता येत नाही. १५१३मध्ये रेखाटलेल्या पिरी रीस या इजिप्तच्या नौदल प्रमुखाने चामड्यावर रेखाटलेल्या नकाशावर दिसणारा अमेरिकेचा लांबलचक आकार निदान दोनशे मैल उंच अवकाशात गेल्याशिवाय दिसणे शक्य नाही. कुणी कधीच न पाहिलेल्या बर्फाच्छादित अंटार्क्टिका खंडाचा अचूक आकार त्याच्या नकाशात येऊच कसा शकतो? कैरोजवळील गुहेत मांडलेल्या साठ हजार वर्षांपूर्वीच्या गणितात चंद्रभ्रमणाचा काळ इतका अचूक कसा काय नोंदला जातो? आफ्रिकेतील आदिवासींना व्याधाच्या खुज्या, पांढऱ्या वजनदार साथीदाराची (व्हाईट ड्वार्फ) आणि त्याच्या पन्नास वर्षांच्या भ्रमणकालाची माहिती कशी? आणि या संस्कृतीतील लोकांचे पृथ्वीवरील सौरवर्ष आणि शुक्रावरील सौरवर्ष या विषयीचे गणित इतके अचूक कसे?

पिरॅमिडची जागा इतकी अचूक कशी निवडली जाते, की पायाच्या काटकोनाच्या

कर्णामुळे पृथ्वीवरील जमीन आणि पाणी यांची समसमान विभागणी व्हावी? बारा-पंधरा टनांचे दगड सुरेख कातून, सव्वीस लाख दगड एकमेकांवर अतिसुरेख रचण्याचे कौशल्य आणि त्याहीपेक्षा हे 'सामर्थ्य' कुणाचे? हजारो टन वजनाचे दगड कातून लेबॅनॉनमधील चौथरा बांधण्याची किमया कुणाची? बोलिव्हिया-पेरूच्या सरहद्दीवरील 'नाजका' पठारावरील प्रचंड बांधकामे कुणाची? डोंगरावरील साडेआठशे फुटांचा प्रचंड त्रिशूळ कुणी कोरला? आणि कशासाठी?

हे सर्व मानवी शक्तीच्या बाहेरचे काम आहे, हे उघडच आहे. परंतु उगाचच अट्टाहासाने ते आमच्याच पूर्वजांनी केले, म्हणून प्रतिपादन करणे कोत्या वृत्तीचे निदर्शक ठरेल. असा दुराग्रही दृष्टिकोन ठेवण्यापेक्षा जरा उघड्या डोळ्यांनी आजच्या विज्ञानाला ठाऊक असणाऱ्या गोष्टी पडताळून पाहणे उचित ठरेल.

'नमरुद दाग' डोंगरावरील शिल्पाकृतींपैकी पंधरा फूट उंचीचा मानवी चेहरा. कुणाचे असावे हे शिल्पकाम? आणि कशासाठी?

आजच्या विज्ञानानुसार सुमारे दोन अब्ज वर्षांपूर्वी जीवसृष्टी निर्माण झाली. प्रथम अत्यंत प्राथमिक अवस्थेतील एकपेशीय जीव निर्माण झाले आणि उत्क्रांतिवादाच्या तत्त्वाप्रमाणे ते हळूहळू प्रगत होत गेले आणि आजची अवस्था प्राप्त झाली, असा उत्क्रांतिवादाचा दावा आहे. चार्ल्स डार्विन याने १८५९मध्ये जीवजंतूंच्या जाती-जमातींची निर्मिती हा युगप्रवर्तक प्रबंध सादर केला. त्यात प्रत्येक जीव वाजवीपेक्षा अधिक प्रजोत्पत्ती करतो. प्रत्येक पिढीच्या निर्मितीत लहानसहान फरक घडून येतात आणि ते जीव आपापल्या जीवनात या फरकांमुळे निर्माण झालेली वैशिष्ट्ये अधिकाधिक प्रगतीसाठी वापरतात. प्रजोत्पत्ती वाजवीपेक्षा अधिक झाल्यामुळे अन्न-वस्त्र-निवारा या प्राथमिक मूलभूत गरजांसाठी संघर्ष निर्माण होतो, आणि अधिकाधिक चांगली वैशिष्ट्ये घेऊन जन्माला आलेल्यांची भरभराट – वंशवृद्धी होत जाते. बाकीचे कालांतराने नष्ट होत जातात, असे हे तत्त्व आहे. जीवजंतू जगत असलेल्या आसमंताचादेखील या वैशिष्ट्यांवर प्रभाव पडत जातो आणि आपल्या आसमंताशी अधिक चांगल्या तऱ्हेने समरस होत जाणाऱ्यांची भरभराट होत जाते, असेही गृहीत तत्त्व आहे.

फिनिशियन लोकांची चित्रलिपी.

या उत्क्रांतिवादाप्रमाणे पहिली दीड अब्ज वर्षे अपृष्ठवंशीय प्राण्यांचे वेगवेगळे समूह निर्माण होत गेले आणि सुमारे शंभर ते साठ कोटी वर्षांपूर्वी पृष्ठवंशी प्राणी निर्माण झाले. प्रथम मत्स्य वर्ग निर्माण झाला. त्यापासून उभयचर – बेडकासारखे प्राणी निर्माण झाले. त्यानंतर सरपटणारे प्राणी – सरडे, वगैरे निर्माण झाले. सरपटणारे प्राणी हे जमिनीवर येणारे पहिलेच पृष्ठवंशी प्राणी होते. त्यांत प्रचंड महाकाय सरडे डायनोसॉर निर्माण झाले. त्यांचा कालावधी बावीस कोटी ते अकरा-बारा कोटी वर्षे पूर्वीचा मानला जातो. हे सरडे सुमारे १६५ फूट लांब आणि तीन मजली इमारतीवरून सहज पलीकडे डोकावू शकतील, असे राक्षसी आकाराचे होते.

या सरपटणाऱ्या प्राण्यांच्या दोन शाखा प्रगत होत गेल्या. एका शाखेपासून पक्षी आणि दुसऱ्या शाखेपासून सस्तन प्राणी निर्माण झाले. सस्तन प्राणी प्रगत होत असताना त्यात 'प्रायमेटस' म्हणून एक गट होता. त्यांतील वृक्षांवर राहणाऱ्या चिचुंद्रीसारख्या प्राण्यांपासून 'प्रोप्लायोपिथेकस' – त्यापासून 'प्लायोपिथेकस' आणि नंतर 'ड्रायोपिथेकस' अशी उत्क्रांती होत गेली. या मांजरा-कुत्र्याच्या आकारमानाएवढ्या ड्रायोपिथेकसचे तीन वेगवेगळे समूह झाले. ड्रा. पंजाबायपासून गोरिला, ड्रा. जर्मनायपासून चिंपांझी आणि ड्रा. डार्विनायपासून माणूस बनला, असे मानण्यात येते.

या सिद्धांताप्रमाणे एका शाखेपासून शेपूट असलेली माकडे (Monkeys), दुसऱ्या शाखेपासून पुच्छहीन माकडे – कपी (Apes), आणि तिसऱ्या शाखेपासून माणूस निर्माण झाला, असा दावा मांडण्यात येतो. आता प्रश्न असा, की सपुच्छ माकडे आणि पुच्छहीन माकडे या दोन्ही प्रकारांत पुढील पाय मागच्या पायांपेक्षा खूपच मोठे आढळतात. फक्त माणसात पुढील पाय लहान होऊन त्यांचे हात, तर मागचे पाय लांब होऊन चालण्याचे पाय निर्माण झाले. आता दोन भाऊ अत्यंत सुमार बुद्धिमत्ता घेऊन निर्माण झाले असताना आणि त्यातही चतुष्पाद हालचाल करीत असताना फक्त तिसरा भाऊ तेवढा अमर्याद बुद्धिमत्ता घेऊन जन्माला येतो. इतकेच नव्हे, तर तो एकाएकी दोन पायांवर चालू लागतो आणि 'द्विपाद' बनतो, हा काय चमत्कार आहे? उत्क्रांतिवादाला चमत्कारांचे वावडे आहे. मग हा इतका बदल कसा घडून आला? त्याचा पुरावा कोठेच कसा मिळत नाही?

उत्क्रांतिवादाच्या मूळ तत्त्वाप्रमाणे फार मोठे बदल एकाएकी कधीच घडून येत नाहीत. अत्यंत हळूहळू प्रगती होत जाते. मग हे स्थित्यंतर घडताना मधल्या अवस्था कुठेच का आढळून येत नाहीत?

उत्क्रांतिवादाचा सिद्धांत मांडताना डार्विनबरोबर सतत तीस-चाळीस वर्षे जगभर भ्रमंती करीत संशोधन करणारा डॉ. आल्फ्रेड रसेल वॉलेस हा अत्यंत बुद्धिमान सहकारी होता. त्याचे नाव कालांतराने विस्मृतीत गेले. ही नियतीची शोकांतिका आहे. डार्विनच्या सिद्धांताचा इतका काही गवगवा झाला, की त्या सिद्धांतात काही फार मोठ्या त्रुटी राहून गेल्या आहेत, हे आवर्जून सांगणाऱ्या वॉलेसचा आवाज त्या गलबल्यात विरून गेला आणि त्यातच भर म्हणून की काय, प्रामाणिक वॉलेसचे नाव त्या सिद्धांतापासून वेगळे करण्यात आले.

हळूहळू होत जाणारे बदल हा उत्क्रांतिवादाचा पाया मानला गेला होता. त्यावर वॉलेसने डार्विनला पत्र लिहून पृच्छा केली होती, 'हे जर खरे मानले, तर अत्यंत सुमार बुद्धिमत्तेचे माकड आणि कपी हे चतुष्पाद एका बाजूला आणि फक्त दोन पायांवर चालणारा अत्यंत प्रगल्भ बुद्धिमत्तेचा मानव दुसऱ्या बाजूला, यांत केवढी

मोठी दरी आढळते? – असे कसे घडू शकते? आणि मानव हा जगातला एकमेव प्राणी आहे, की ज्याला कोणतेही नैसर्गिक वैशिष्ट्य नाही. तो शाकाहार करत नाही, की मांसाहार करत नाही. उष्ण-शीत हवेचे त्याला वावडे नाही. पाणथळ वा कोरडी जमीन अथवा जमिनीखाली व गुहेत अथवा वृक्षांवर राहण्यासाठी काहीही जमवून घेण्याची (adaptations) वैशिष्ट्ये नाहीत. त्याला संरक्षणार्थ नखे, दात, शिंगे असे कोणतेही अवयव नाहीत. रात्र वा दिवस हादेखील फरक काही परिणाम करू शकत नाही.

'शरीरावर केस, खवले, पिसे, वगैरे काहीच आच्छादन नाही. पूर्वीच्या कल्पनेप्रमाणे माणसाच्या अंगावर सर्वत्र केस होते व नंतर ते झडत गेले. आता निएंडरथल मॅन किंवा चीनमधला सायनॅन्थ्रॉपस या आदिमानवांच्या अंगावरदेखील केस नव्हते, हे सिद्ध झाले आहे. हे सर्व काही इतके वेगळे कसे? या एकच प्राण्याला बोलता येते. त्यासाठी विशेष असे घशातले स्वरयंत्र – विशेषत: व्होकल कॉर्डस् (Vocal Chords) निर्माण झाले आहेत आणि हा एकच प्राणी – ज्याला चित्रकला आणि संगीत अवगत आहे. हा काय प्रकार आहे? आणि तो भूत-भविष्यकाळाचा सतत विचार करीत अधिक सामर्थ्यवान आणि सत्ताधारी होण्याच्या प्रयत्नात असतो. असा विलक्षण वेगळा प्राणी एकाएकी कसा निर्माण होऊ शकतो?'

हा सर्व पत्रव्यवहार आजदेखील उपलब्ध आहे. डार्विनने मात्र आपल्या या प्रामाणिक सहकाऱ्याला तिरसटपणाने 'No' इतकाच एक शब्द लिहून, त्यापुढे अनेक उद्‌गारचिन्हे रेखाटली आणि उत्तर देण्याचे टाळले. वॉलेस मात्र आपल्या विचारसरणीशी प्रामाणिक राहिला. त्याने अंदमान-निकोबार आणि ऑस्ट्रेलियातील आदिवासी जमातींमध्ये अनेक वर्षे राहून संशोधन केले आणि निष्कर्ष काढला, की हे आदिवासी फक्त वर्तमान काळाशीच समरस होऊन फक्त अन्ननिवारा मिळवितात. इतर काहीही खटपट न करता जनावरांप्रमाणेच राहतात. तर त्यांच्यामध्ये आधुनिक मानवाप्रमाणेच भलामोठा प्रगत मेंदू कसा उत्पन्न झाला? आणि संघर्षाचे तत्त्व लागू करावे म्हटले, तर त्यांच्या टोळ्यांमध्ये सतत लढाया-झगडे असे कधीच घडत नाही, मग हा प्रगत मेंदू कुठून आला? जनावरांच्या कित्येक पटींनी मोठा असा मेंदू माणसाला कोठून मिळाला असावा?

परंतु प्रसिद्धी आणि कीर्तीच्या शिखरावर आरूढ झालेल्या डार्विनने या पृच्छेलादेखील उत्तर देण्याचे टाळले. डार्विनच्या अनुयायांनी मात्र खटपट करून काही हरविलेले दुवे शोधून काढून ही 'दरी' भरून काढण्याचा यत्न केला; पण खुद्द डार्विनने हा प्रयत्न अगदीच तोकडा असल्याचे अत्यंत खेदाने कबूल केले.

उत्क्रांतीच्या तत्त्वाप्रमाणे जर मानव निर्माण झाला असेल, तर तो फक्त

युरेशिया-आफ्रिकेत उत्पन्न न होता अमेरिका-ऑस्ट्रेलिया या भागात देखील का निर्माण झाला नाही? तेथे तर माकडे-कपी निर्माण होऊ शकतात, तर माणूस का नाही? या प्रश्नाला अद्याप उत्तर मिळू शकत नाही.

– आणि मानवाच्या पूर्वजापासून म्हणजे ड्रायोपिथेकसपासून मानव निर्माण झाला, याला पुरावा किती? तर फक्त दोन-चार मोडके दात अन् तेदेखील एकमेकांपासून हजारो मैलांच्या अंतरावर सापडलेले. एकाला 'रामापिथेकस' तर दुसऱ्या दाताला 'शिवापिथेकस' हे नाव बस्स! एवढाच मानवनिर्मितीचा पुरावा उपलब्ध आहे. विज्ञानाची कास धरून पुरावा मागणाऱ्या मंडळींना 'माणूस इथेच निर्माण झाला,' असे अट्टाहासाने प्रतिपादन करताना या दोन दातांचा पुरावा पुरेसा वाटतो?

आफ्रिकेतील झिंजानथ्रॉपस, जर्मनी-फान्समधील निएंडरथल मॅन, चीनमधील सायनॅन्थ्रॉपस ही काही प्राचीन मानवांची उदाहरणे सापडतात, पण हे आदिमानव कसे निर्माण झाले, हे मात्र कुणीच सांगत नाहीत. तरीदेखील ते इथेच निर्माण झाले, हे नक्की, हे पालूपद आहेच!

डॉ. लोरेन इजली हे पेनसिल्वानिया विद्यापीठातील मानववंशतज्ज्ञ म्हणतात, 'मानवाच्या उत्पत्तीबाबत एक इतकी अनैसर्गिक गोष्ट राहून-राहून जाणवते, ती अशी – या प्राण्यासदृश जगात दुसरा एकही प्राणी निर्माण झाला नाही, हे कसे?... तरीदेखील त्याच्या उत्पत्तीबद्दल वेगवेगळ्या कल्पना मांडल्या जातात... अन् पुरावा मात्र कुठेच असू नये. माणसाची प्रजोत्पत्तीच पाहा... शरीराच्या मानाने डोके दुप्पट-तिप्पट मोठे... इतके मोठे, की सुलभ प्रसूतीदेखील अशक्यप्राय होऊन बसते. बाकीचे सर्व प्राणी जन्मतः वा अगदी थोड्या कालावधीत जीवनाच्या संघर्षाला तोंड देण्यासाठी सिद्ध होतात. परंतु मानवाचे पोर मात्र वर्षानुवर्षं आईबापांवरच अवलंबून असते. काय असावे हे सगळे?'

आजच्या विज्ञानाप्रमाणे मानवाची उत्पत्ती गेल्या दहा-बारा लाख वर्षांतील मानली जाते. राक्षसी सरडे बारा-पंधरा कोटी वर्षांपूर्वी अस्तित्वात होते, परंतु टेक्सासमधील ग्लेनरोज भागात वॉलनट स्प्रिंट्स् येथे डायनोसोरच्या पावलांबरोबरच त्याचा पाठलाग करणाऱ्या मानवी पावलांचे ठसे आढळून आले आहेत आणि हे मानवी पावलांचे ठसे किमान दोन फूट आकाराचे आहेत. म्हणजे हा माणूस निदान बारा-चौदा फूट उंचीचा राक्षसच असावा. या भागात अशी अनेक राक्षसी पावले उमटलेली आढळतात. म्हणून या भागाला 'जायंट्स व्हॅली' असेही म्हणतात. म्हणजे ही राक्षसी जमात बारा-चौदा कोटी वर्षांपूर्वी अस्तित्वात होती?

अमेरिकेतील उताह राज्यातील डॉ. विल्यम मेस्टर यांना पाच-सहा कोटी वर्षांपूर्वी नष्ट झालेल्या ट्रायलोबाइट या संधिपाद प्राण्याचे अश्मावशेष गोळा

अमेरिकेत टेक्सास राज्यात 'पॅलाक्सी' नदीच्या खोऱ्यात दीड कोटी वर्षांपूर्वी अस्तित्वात असलेल्या राक्षसी सरड्यांच्या पावलांसमवेत राक्षसी आकाराची मानवी पावलेदेखील उमटली आहेत.

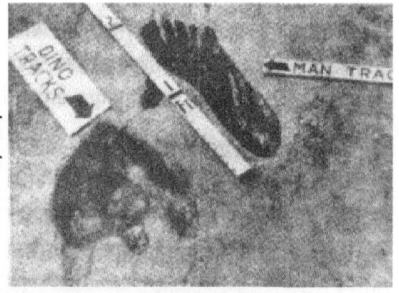

राक्षसी सरड्याच्या पावलाशेजारी राक्षसाचे दोन फूट आकाराचे पाऊल.

अमेरिकन तज्ज्ञ डॉ. सी. एन. डोगोर्टी या राक्षसी आकाराच्या मानवी पावलाचे निरीक्षण करताना – पॅलाक्सी नदीचे खोरे – जाएंट्स व्हॅली, टेक्सास, अमेरिका.

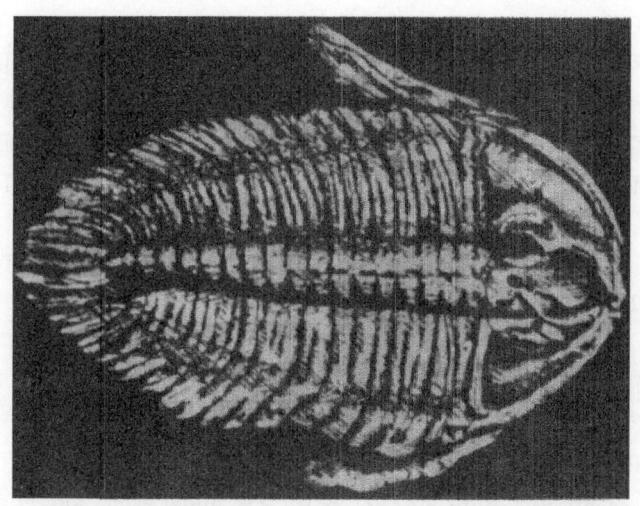

सहा कोटी वर्षांपूर्वी पृथ्वीवरून नष्ट झालेला संधिपाद जलचर 'ट्रायलोबाईट.'

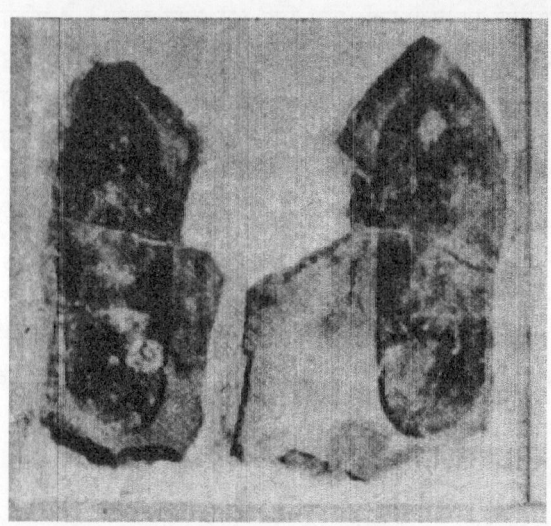

अमेरिकेतील उताह राज्यातील ॲन्टिलोप स्प्रिंग्ज् या भागात ट्रायलोबाईट प्राण्यांचे अश्मावशेष (Fossils) गोळा करताना डॉ. विल्यम मेस्टर आणि त्यांच्या कन्यकांना योगायोगाने सहा कोटी वर्षांपूर्वी जोडे घालून फिरणाऱ्या राक्षसाच्या पावलांचे दोन फूट आकाराचे ठसे उमटलेले आढळले. डावीकडील पावलाखाली संधिपाद जलचर ट्रायलोबाईट चिरडला गेलेला स्पष्ट दिसतो.

करण्याचा छंद आहे. त्यांना ॲन्टेलोप स्प्रिंग्ज या भागात जोडे घातलेल्या राक्षसी मानवाची पावले दगडात उमटलेली आढळली. एका पावलाखाली ट्रायलोबाइट चिरडला गेला होता आणि ही जोडे घातलेली पावले दोन फूट आकाराची होती. म्हणजे सहा कोटी वर्षांपूर्वीचा प्राणी चिरडणारा मानव त्या काळी जोडे घालण्याइतपत प्रगत होता आणि त्याची उंची पावलाच्या आकारावरून अंदाज करता बारा-चौदा फूट खचितच असणार. कोण होते ते राक्षसी मानव? – की अतिमानव?

सर्व गोष्टींचा नीट विचार केला, तर हे राक्षसी मानव केव्हाना केव्हा पृथ्वीवर वावरत होते, हे सत्य कबूल करावेच लागते.

ते पृथ्वीवरच जन्मले-निर्माण झाले, की बाहेरील ग्रहांवरून आले, याला पुरावा नाही. ते एकाएकी नाहीसे कसे झाले, यालादेखील पुरावा नाही. परंतु त्यांची राक्षसी बांधकामे मात्र आढळतात. सारेच मोठे विस्मयकारक आहे. कदाचित त्यांनाच आपण 'अतिमानव' ही संज्ञा दिली असावी.

आजचा खुजा मानव पाच-सहा फुटांचा कसा निर्माण झाला, याबद्दल देखील पुरावा मिळत नाही. जेमतेम अडीच फूट आकाराच्या ड्रायेपिथेकस या प्राण्यापासून निर्माण झालेला मानव एकदम पाच-सहा फूट कसा झाला? हे प्रतिपादनदेखील पटत नाही. जर इथेच निर्माण झाला असेल, तर काही ना काही पुरावा सापडावयास हवा होता आणि त्याचा मेंदू एकाएकी अगदी प्रचंड म्हणण्याइतपत कसा वाढला? त्याच्यासमवेत याच जगात वावरणाऱ्या 'माकड' आणि 'कपी' या त्याच्या चुलत भावंडांचा मेंदू इतका सुमार आकाराचा का राहिला?

थोडक्यात, माणूस इथे या जगात वावरतो आहे, म्हणून तो इथेच निर्माण झाला, असे म्हणायचे. परंतु त्याच्या उत्पत्तीबद्दल काहीही पुरावा देता येत नाही. मग तो बाहेरील ग्रहांवरून आला, असे म्हटले, तर एकदम 'काहीतरीच काय बोलता, पुरावा दाखवून सिद्ध करा,' म्हणजे कितपत योग्य आहे? त्यापेक्षा 'तो येथेच निर्माण झाला, याचा तरी पुरावा शोधून काढा,' असे म्हटले, तर वावगे ठरेल काय?